ગાંધી
આડવા યેતો

शफाअत खान यांची इतर नाटके

राहिले दूर घर माझे
शोभायात्रा
पोपटपंची

गांधी
आडवा येतो

शफाअत खान

पॉप्युलर प्रकाशन, मुंबई

गांधी आडवा येतो
(म-१२५९)
पॉप्युलर प्रकाशन
ISBN 978-81-7991-986-6

GANDHI AADVA YETO
(Marathi : Play)
Shafaat Khan

पहिली आवृत्ती : २०१९/१९४१
पुनर्मुद्रण : २०२२/१९४४

मुखपृष्ठ : सरदार जाधव

प्रकाशक
अस्मिता मोहिते
पॉप्युलर प्रकाशन प्रा. लि.
३०१, महालक्ष्मी चेंबर्स
२२, भुलाभाई देसाई मार्ग
मुंबई ४०० ०२६

अक्षरजुळणी
स्वाती अमरे
२५९/३, निर्मल को-ऑप. सोसायटी
सेक्टर - २, चारकोप कांदिवली (प.)
मुंबई ४०० ०६७

मुद्रक
रेप्रो इंडिया लि.
लोअर परेल
मुंबई ४०००१३

निदास...

लेखकाचे मनोगत

मी 'गांधी आडवा येतो' हे नाटक सुधीर भटांच्या आग्रहामुळे लिहिलं. सुधीर भट हे नाटकाने पछाडलेले निर्माता होते. ते नाटकासाठी गोष्टीच्या शोधात असत. त्यांनी आपल्या 'सुयोग' ह्या नाट्यसंस्थेतर्फे 'क' या एकांकिकेवर आधारित 'टाईमपास' नावाचं वेगळं नाटक केलं होतं. माझ्याकडून जयवंत दळवींच्या 'सारे प्रवासी घडीचे' या कादंबरीवर नाटकही लिहून घेतलं होतं आणि प्रदीप मुळ्येंनी दिग्दर्शित केलेल्या या नाटकाचा देखणा प्रयोग व्यावसायिक रंगभूमीवर सादर केला होता.

एकदा 'सारे प्रवासी घडीचे' या नाटकाच्या तालमीला भट आले. 'थोडा वेळ थांबतो' म्हणत शेवटपर्यंत थांबले. म्हणाले, 'हा वरचा क्लास आहे.' मला ते कौतुक वाटलं. पण त्यांच्यासाठी वरचा क्लास म्हणजे फक्त चार प्रेक्षकांना आवडणारं नाटक. पुढे ते नाटक सर्वांना आवडलं, चाललंही. पण त्यांच्या अपेक्षेएवढं चाललं नाही. त्यानंतर ते जेव्हा भेटत तेव्हा व्यावसायिक नाटक कसं लिहावं या विषयावर व्याख्यान देत. धो धो चालू शकतील अशा कल्पना ऐकवत. आपल्याकडे प्रतिभा आहे, पण बसून लिहायला वेळ नाही म्हणून हळहळत. मी प्रयत्न केला तर मला जमू शकेल असा धीर देत.

एकदा त्यांनी मला अचानक गाठलं. त्यांना टाळण्यासाठी मी 'एक गुंड बदलू पाहतो पण समाज स्वत:च्या फायद्यासाठी त्याला बदलू देत नाही' अशी कल्पना ऐकवली. त्या कल्पनेत चालण्याचं सामर्थ्य आहे, असं वाटून ते माझ्या मागे लागले.

मी शाळेत असताना कानेटकरांचं 'अश्रूंची झाली फुले' हे नाटक बघितलं होतं. घाणेकर आणि पणशीकरांच्या अभिनयाच्या जुगलबंदीने तेव्हा भारावून गेलो होतो. प्रेक्षकांना गोष्टीचं नाटक आवडतं. त्यातूनही आपल्याच कुटुंबाची गोष्ट असेल तर

जास्त आवडतं. ठसठशीत पात्रं, चटपटीत खटकेबाज संवाद, माफक संघर्ष आणि 'सगळं ठीक चाललंय' असा भरवसा देणारा शेवट असला की प्रेक्षकांचं समाधान होतं. मी लोकप्रिय कानेटकरी शैलीत गोष्ट सांगायची पण त्या आडून आजचं वास्तव मांडायचं; 'आम्हाला वाल्मीकी नको वाल्याच हवा' म्हणणाऱ्या समाजाची हजेरी घ्यायची; बदललेली माणसं आणि बदललेल्या नात्यांच्या गुंत्याचा वेध घ्यायचा असं ठरवून सुरुवात केली. पण नकाशा समोर ठेवून नाटक लिहिता येत नाही. लिहिता लिहिता प्रेक्षकांचा विचार मागे पडला. नाटक बदलत गेलं. नाटक पूर्ण झाल्यावर वाचलं. भटांना आवडलं.

'सुयोग'तर्फे नाटक करायचं ठरलं. भट नाटकाला वेळ आणि तारखा देऊ शकतील अशा लोकप्रिय स्टार्सच्या शोधात होते. पण ते सापडले नाहीत म्हणा किंवा भटांना नाटकाच्या क्लासचा संशय आल्यामुळे म्हणा नाटक पडून राहिलं. मी नाटकाचं विसरून गेलो.

पुढे प्रियदर्शन जाधवने नाटक संतोष काणेकर समोर वाचलं. त्यांना ते आवडलं आणि दर्शनने त्यांच्या 'अथर्व थिएटर्स'साठी नाटकाचा प्रयोग बसवला. दर्शनने गोष्ट फक्त प्रेक्षकांना गुंतवून ठेवण्यासाठी आहे; सांगायचं आहे ते गोष्टीपल्याड आहे, याचं भान ठेवून प्रयोग बसवला. सर्व कलावंतांच्या सहज अभिनयाने प्रयोग विश्वासार्ह वाटला.

शेवटी या नाटकाचा प्रयोग उभा करणाऱ्या सर्व कलावंतांचा, निर्मात्याचा आणि ते पुस्तकरूपाने प्रकाशित करणाऱ्या पॉप्युलर प्रकाशनाचा मी आभारी आहे.

दि. १ मार्च २०१९   **— शफाअत खान**
मुंबई

ह्या नाटकाचा शुभारंभाचा प्रयोग अथर्व थिएटर्स ह्या संस्थेतर्फे दि. २२ डिसेंबर २०१२ रोजी प्रबोधनकार ठाकरे सभागृह येथे सायंकाळी ४ वाजता संपन्न झाला.

श्रेयनिर्देश

लेखक : शफाअत खान
दिग्दर्शक : प्रियदर्शन जाधव
नेपथ्य : प्रदीप मुळ्ये
संगीत : अमोल संकूळकर
प्रकाश : भूषण देसाई
वेषभूषा : महेश शेरला
रंगभूषा : संदीप नगरकर/प्रदीप दर्णे
निर्माता : संतोष भरत काणेकर

कलाकार

प्रोफेसर बुद्धिसागर : मिलिंद फाटक
संध्या : शैला काणेकर
श्याम : चिन्मय केळकर
माया : मोनिका दबडे
प्रिया : माधुरी भारती
लाल्या : उमेश कामत

अंक पहिला

प्रवेश पहिला

[पडदा उघडण्यापूर्वीच टीव्हीवरच्या बातम्या ऐकू येतात – 'मुंबई बंद आहे. रस्त्यावर दंगल सुरू आहे.' टीव्हीवर दंगलीचे सनसनाटी वृत्त दाखवले जात आहे. पडदा उघडतो—]

[सकाळची वेळ. जुन्या इमारतीतल्या दुसऱ्या मजल्यावरचा प्रशस्त फ्लॅट दिसतो. इमारत जुनी असली तरी फ्लॅट सुव्यस्थित आहे. नाटक मुख्यत: दिवाणखान्यात घडणार आहे. आवश्यक वाटल्यास बेडरुमही दाखवता येऊ शकेल. मागच्या मोठ्या खिडकीतून बाहेर बोडका डोंगर दिसतो आहे. त्यावर असंख्य झोपड्या उगवल्या आहेत. प्रोफेसर बुद्धिसागर खिडकीतून बाहेर डोकावून दंगा बघण्याचा प्रयत्न करताहेत. त्यांची पत्नी संध्या टीव्हीवर दंगलीच्या बातम्या बघते आहे.]

संध्या : अहो... अहो... अहो ऐकताय का? हे बरंच वाढत चाललंय. अहो – तिथे खिडकीत काय करताय? दगड आत येईल. खिडकी बंद करा.

प्रोफेसर : ओरडतेस कशाला?

संध्या : इथे अख्खी मुंबई जळतेय आणि तुम्ही? बघा... बघा त्यांनी टॅक्सीला आग लावली, लवकर – अहो – टॅक्सी पेटली बरं का? शी:! कशा बातम्या सांगतोय हा? टॅक्सीवाल्याचं नाव-गाव सांगायला नको का?

प्रोफेसर : कशाला?

संध्या : टॅक्सीवाला कोण, कुठला कळलं की मग आपण दु:खी व्हायचं का आनंदित हे ठरवता येतं! अशा प्रसंगी कोण जिंकलं, कोण हरलं हे कळायला नको का?

प्रोफेसर : संध्या... अगं, हे युद्ध चाललंय का?

संध्या : आता युद्ध सुरू झाल्यासारखीच बातमी सांगतोय ना तो...

प्रोफेसर : रस्त्यावर सगळा शुकशुकाट आहे.

संध्या : मग हा किंचाळतोय का?

प्रोफेसर : हे बघ... टीव्हीला शांतता परवडत नाही. त्याला रोज महायुद्ध व्हावं... किमान पाच-पन्नास हजार माणसं मरावीत, सारं उद्ध्वस्त व्हावं असं वाटतं. पण नाही होत म्हणून तो किंचाळतो.

संध्या : तुमचाच विद्यार्थी आहे तो!

प्रोफेसर : मी त्याला हे असं किंचाळायला शिकवलंय का? तू टीव्ही बंद कर बघू.

संध्या : टॅक्सीचा पार कोळसा झाला हो!

प्रोफेसर : (रागाने) टीव्ही बंद कर. बंद कर बघू तो टीव्ही.

संध्या : अहो किंचाळताय कशाला?

प्रोफेसर : (किंचाळत) कोण किंचाळतोय?

संध्या : हे बघा – हे किंचाळणं नाहीतर काय आहे?

प्रोफेसर : साला ह्या टीव्हीने किंचाळायची सवय लागली आहे. शांत बोलताच येत नाही. त्रास होतो.

[संध्याच्या हातातला रिमोट घेतो आणि टीव्ही बंद करतो.]

प्रोफेसर : श्याम कुठे दिसत नाही?

संध्या : अहो, घरात असला तर दिसेल.

प्रोफेसर : आता अशा दंग्यात गेलाय कुठे?

संध्या : मला काही विचारू नका. माझं तो ऐकत नाही. कधीही झोपतो, कधीही उठतो. उर्मटासारखं बोलतो. सकाळी मी त्याला म्हटलं, "अरे, दहा वाजले... ऊठ! एवढा घोडा झालास... आईबापाने उठवल्याशिवाय उठत नाहीस म्हणजे काय?" तर एकदम भडकला. म्हणतो कसा... "माझं काय... तो एवढा मोठा सूर्य तो तरी कधी स्वत:हून उठतो का? कोंबडा बोंबलून बोंबलून उठवतो तेव्हा कुठे तो सावकाश उगवतो." हे अस्सं. त्याचं बाहेर काहीतरी बिनसलंय...

प्रोफेसर : कशावरून?

संध्या : त्याशिवाय का कुणी स्वत:च्या वडलांना कोंबडा म्हणेल?

प्रोफेसर : संध्या, तुला काही कळत नाही. तो मला कोंबडा कुठे म्हणाला?

संध्या : म्हणाला! जाताना सांगून गेला, कोंबड्याला सांग नोकरी सोडली. आता कोंबडा कोण?

प्रोफेसर : नोकरी सोडली? चांगल्या वशिल्याने ह्याला ॲड एजन्सीत घुसवला तर ह्याने नोकरी सोडली. सहा महिन्यात तिसरी नोकरी. ह्याने आता जबाबदारीने वागायला नको का?

[माया – वय : पंचवीस. मोबाइलवर बोलत बोलत प्रवेश करते.]

संध्या : अगं माया, एवढा वेळ कुणाशी फोनवर बोलतेयस? कुणी पेशंट आहे का? हे बघ, कितीही इमर्जन्सी असू दे, तू बाहेर जायचं नाहीस. बाहेर दंगा सुरू आहे.

प्रोफेसर : दंगा असला म्हणून काय झालं? गुंडांच्या दहशतीला घाबरून आपण घरात दडून बसणार आहोत का? तू फक्त डॉक्टर नाहीस तर प्रोफेसर बुद्धिसागरांची मुलगीदेखील आहेस हे विसरू नकोस.

संध्या : हे असं... जरा टीव्ही बंद केला की ह्यांचं चॅनल सुरू होतं. तिथे जाहिराती तरी असतात. इथे तीही सोय नाही.

प्रोफेसर : चल मी येतो तुझ्यासोबत.

माया : (फोन कट झाला आहे.) डॅडी, मला कुठेही बाहेर जायचं नाही.

प्रोफेसर : घाबरू नकोस. मी – मी आहे...

संध्या : अहो बसा! अगं, त्यांना हुतात्मा व्हायची फार घाई झाली आहे. सारखी संधी शोधत असतात. अगं, माया फोन कुणाचा होता?

माया : फोन? फोन माझ्या मैत्रिणीचा होता.

संध्या : कोण मैत्रीण?

माया : सीमा... अगं, मी तुला सांगितलं नव्हतं का सीमाबद्दल...

संध्या : सीमा? हां... आलं लक्षात! अहो हिची मैत्रीण. अगदी खास मैत्रीण! सुंदर, देखणी, चांगल्या मोठ्या घरातली मुलगी. तिचा बाप तुमच्यासारखाच प्रोफेसर. शिकली-सवरली. हिच्याबरोबरच एम.बी.बी.एस. झाली...

प्रोफेसर : संध्या, तू वर्णनात फार वेळ घालवतेस. मुद्दा हरवतो. मुद्दा काय?

संध्या : अहो, रस्त्यावरचा एक मवाली तिला सारखा छेडायचा. तिच्याकडे बघून आचकट-विचकट चाळे करायचा. हिंदी गाणी काय म्हणायचा. कॉमेण्ट्स काय पास करायचा...

प्रोफेसर : मग तिने पोलिसांत कंप्लेंट नाही का करायची?

संध्या : अहो, पोलीस, मवाली असा फरक उरलाय का हल्ली? पोलीसही त्याच्याबरोबर उभे असायचे... तर ही मूर्ख पोरगी त्याच्या प्रेमातच पडली ना...

प्रोफेसर : मवाल्याच्या की पोलिसाच्या...

संध्या : मवाल्याच्या. कोण कुठल्या झोपडपट्टीत राहणारा मवाली. काय नाव त्याचं? काल्या...

माया : काल्या नाही लाल्या! मम्मी, लाल्या तसा वाईट नाही. दिसायला चांगला आहे. चांगला गातो, चित्रं काढतो.

संध्या : अगं हो... पण राहतो तिकडे झोपडपट्टीतच ना? तर त्या दोघांनी म्हणे आता लग्न करायचं ठरवलंय!

माया : ठरवलंय नाही, लग्न झालं.

संध्या : बघा, सीमाचं लग्नसुद्धा झालं.

माया : मम्मी, मला सीमा नावाची कुणीही मैत्रीण नाही.

संध्या : अगं, काय सांगतेस काय? सीमा नावाची मैत्रीण नाही? मग रोज तू मला सीमाच्या गोष्टी काय ऐकवत होतीस?

माया : खोट्या गोष्टी सांगत होते.

संध्या : आईशी... स्वत:च्या आईशी खोटं?

माया : तुला शॉक बसू नये, त्रास होऊ नये म्हणून खोटं बोलले. सीमा म्हणजे मीच.

संध्या : आणि लाल्या—

माया : तो आता इथे येणार आहे.

संध्या : हे काय आहे माया? ही कसली गंमत चालवली आहेस?

माया : गंमत नाही. हे खरं आहे मम्मी. मी लाल्याबरोबर लग्न केलंय.

संध्या : हे खोटं आहे.

माया : मॅरेज सर्टिफिकेट दाखवू का?

प्रोफेसर : अगं, माया लग्न करण्यापूर्वी विचारायचं तरी होतंस.

माया : मी विचारलं असतं तर तुम्ही परवानगी दिली असती का? मम्मा, तू रडू नकोस.

संध्या : मला कसंतरीच होतंय. चक्कर येते आहे. अंधारी आल्यासारखं वाटतंय.

माया : हे बघ मम्मा... ह्या वयात सर्व स्त्रियांना हा त्रास होतो. चिडचिड होते, भांडावंसं वाटतं. धडधडतं, रडू कोसळतं, उदास वाटतं.

संध्या : बघा, बघा! त्या मवाल्याच्या नादी लागून स्वत:च्या आईशी कसं बोलतेय—

माया : हे बघ, सगळं नीट समजावून घेतलंस तर तुला थोडा कमी त्रास होईल. लाल्या आता इथे येईल. त्याचाच फोन होता. मी त्याला खूप समजावलं, पण तो ऐकायला तयार नाही. म्हणाला, "मुंबई बंद आहे. सगळे घरात भेटतील." डॅडी, तुम्ही तुमची गोळी घेतली का? मम्मा, तू पण एक गोळी घेऊन टाक. नंतर कटकट नको.

संध्या : मला गोळी नको, विष दे.

माया : मम्मा, मी त्याला तुमच्याबद्दल खूप चांगलं सांगितलंय. त्याच्यासमोर तमाशा करू नकोस. अगं तो वाईट नाही. त्याचं माझ्यावर खूप प्रेम आहे. खरंखुरं प्रेम. मी त्याला नाही म्हणाले तर त्याने दोनदा स्वत:ची शीर कापून घेतली. मरणार होता, मीच वाचवला.

संध्या : कशाला त्या गुंडाला वाचवलास?

माया : अगं, मी डॉक्टर आहे. पेशंटला वाचवणं ही माझी ड्यूटी आहे.

संध्या : आता वाचलेल्या सर्वांबरोबर लग्न करणार आहेस का?

माया : मम्मी... तो वाईट नाही. मी हो म्हणाले, तर मला त्याने एवढं मोठं पत्र लिहिलं. स्वत:च्या रक्ताने! थोडासा रॉ आहे. रासवट आहे. पण मनाचा चांगला आहे.

प्रोफेसर : शिकलाय किती?

माया : त्याला शिक्षणाचं फार आहे. स्वत: त्याला शिकता आलं नाही... पण म्हणाला, "एवढ्या मोठ्या घरात जावई म्हणून जायचं तर डिग्री पाहिजेच." परवा तीस हजार भरून बी.ए. झाला. आता दीड लाख भरून एम.ए. व्हायचं म्हणतोय. मीच म्हटलं – थांब, घाई करू नकोस.

प्रोफेसर : का?

माया : बी.ए.नंतर पटकन एम.ए. झाला तर लोकांना संशय नाही का येणार?

संध्या : अहो, तुम्ही काय त्या गुंडाच्या गोष्टी ऐकत बसलाय.

प्रोफेसर : काय करू?

संध्या : किंचाळा तरी. शांत बसू नका. रस्त्यावरचा गुंड घरी येतोय आणि तुम्ही...

माया : मम्मी, त्याला गुंड म्हणू नकोस. तो स्वत:ला बदलायचं म्हणतोय. पूर्वी एवढ्या-तेवढ्यावरून मारामारी करायचा. आता नाही करत. आता तर सिगरेट-दारूच्या वासानेही त्याला मळमळतं... गुटका सोडला... तोंडातल्या शिव्या गेल्या, भाषा बदलली. डॅडी, आता तर तो इतकं शुद्ध बोलतो—

प्रोफेसर : ॲक्चुअली खूप शुद्ध बोलणारा माणूस शिव्याच देत असतो—

संध्या : तुम्हाला लाज नाही वाटत... इथे माझा जीव घुसमटतोय आणि तुम्ही त्या गुंडाचं कौतुक करत बसलाय. मी शेवटचं सांगून टाकते, तो ह्या घरात येता कामा नये.

माया : अगं, त्याचा प्रॉब्लेम आहे. त्याचं घर पाडलंय.

संध्या : घर कसलं, झोपडी म्हण झोपडी!

माया : तिथे टॉवर बांधतायत... आता त्यांनी जायचं कुठे – सांग!

संध्या : का, त्याला त्याचे आईवडील नाहीत?

माया : लाल्या लहान होता, तेव्हा त्याची आई त्याला टाकून निघून गेली.

संध्या : निघून गेली नसेल... पळून गेली असेल. वडील तरी जागेवर आहेत का? का तेही...

प्रोफेसर : कशाला... कशाला खणतेस? संध्या, जेवढं खणत जाशील तेवढं आपलं दु:ख वाढत जाईल.

माया : काही दिवस आता तो इथेच राहणार आहे.

प्रोफेसर : म्हणजे?

माया : डॅडी, आम्ही लग्न केलंय. या घरावर आता त्याचाही अधिकार आहे.

संध्या : हे सगळं काय चाललंय? मला नाही सहन होत. मी वरून उडी मारून जीव देते.

माया : हे बघ मम्मा...

संध्या : मी मेल्यावर मग तुम्हाला काय करायचं ते करा.

[दारावरची बेल वाजते.]

माया : आला... आला वाटतं.

[गोंधळ... संध्या रडायला लागते. प्रोफेसर गोंधळलेले. नकळत खिशातून फणी काढून भांग पाडू लागतात. संध्या भडकते. फणी हिसकावून घेते. केस विसकटते.]

संध्या : माझा जीव जळतोय आणि तुम्ही भांग पाडताय. भांग पाडायला लाज कशी नाही वाटत तुम्हाला?

[बेल वाजते. माया दाराकडे सरकते.]

माया, तिथे तू दरवाजा उघडलास की मी इथे उडी मारलीच म्हणून समज.

माया : मम्मा, अगं तो दारावर उभा आहे...

संध्या : सांभाळून राहा, येते मी. (खिडकीच्या दिशेने धावते.)

प्रोफेसर : आता निरोप घेऊन तू कुठे निघालीस?

संध्या : (उडी मारण्यासाठी खिडकीत चढते.) मला आता अडवू नका.

प्रोफेसर : अगं, उडी मारून काय होईल? बाहेर सगळं बंद आहे. साधी ॲम्ब्युलन्ससुद्धा मिळायची नाही.

संध्या : वर जाणाऱ्याला ॲम्ब्युलन्सची गरजच काय?

प्रोफेसर : ॲम्ब्युलन्स नको तर तुला न्यायला वरून पुष्पक विमान येणार आहे का?

[जोरजोरात बेल वाजते. प्रोफेसर दाराकडे सरकतात. तोच—]

संध्या : (किंचाळत) दरवाजा उघडू नका. दरवाजा उ–घ–डू नका.

प्रोफेसर : उघडला नाही तर तो दरवाजा फोडून आत घुसेल. मवाल्याचा काय नेम—

संध्या : आता त्याला माझ्या मृतदेहावरूनच उंबरठा ओलांडावा लागेल... मी उडी मारते.

प्रोफेसर : आता देह उंबरठ्यावर ठेवून तू खाली उडी मारणार आहेस का? डायलॉग मारण्यापूर्वी फ्लॅटची जिऑग्रफी तरी लक्षात घ्यायला नको का? आता तू खाली... तो बाहेर... उंबरठा मधे. आता त्याला ओलांडायला देह आणायचा कुटून? माझं डोकं आऊट होत चाललंय

[जोरजोरात बेल वाजते. सर्व दारापाशी. माया दार उघडते. लाल्या – तरुण, देखणा. फिल्मी पद्धतीने प्रवेश करतो—]

प्रोफेसर : हा कोण आहे?

माया : डॅडी, हाच तो लाल्या.

[संध्या हंबरडा फोडते आणि तिरासारखी आतल्या खोलीच्या दिशेने पळते. सर्व तिला अडवतात.]

लाल्या : मम्मीला काय झालं?

संध्या : मला सोडा. मला नाही जगायचं. खूप सहन केलं. आता नाही सोसवत.

लाल्या : मम्मी, तुम्हाला कोण काय बोलला काय?

प्रोफेसर : हे पाहा लाल्यासाहेब, तुम्ही मधे पडू नका.

लाल्या : मधे पडू नका म्हणजे? काय वार्ता करता तुम्ही? मम्मी रडते आणि मी नुसताच बघत उभा राहू? बोला मम्मी... कुणी उंगली केली?

[संध्याचा हुंदका.]

प्रोफेसर : (संध्याला) हे बघ, तू रडू नकोस. हीच खरी कसोटीची वेळ आहे. काहीच झालं नाही असं दाखव.

संध्या : मला नाही जमणार. मला उडी मारू द्या.

लाल्या : मारा. बिनधास्त उडी मारा. मी आहे.

संध्या : मला जीव द्यायचा आहे.

लाल्या : नाही मम्मी, बायकांनी उड्या मारायच्या त्या जीव जगवण्यासाठी... जीव देण्यासाठी नाही.

प्रोफेसर : माया, हे काय आहे?

माया : डायलॉग! मारामाऱ्या बंद केल्यापासून त्याचं हे असं चाललंय. सारखे डायलॉग मारतो. हा चेऊलकरकाकांच्या नवीन नाटकातला डायलॉग आहे. परवाच आम्ही दोघांनी ते नाटक बघितलं. चेऊलकरकाकांनीच पास दिले होते.

लाल्या : काकांनी सॉलिड डायलॉग लिहिलेत. साला किती पण कंट्रोल करा डोळ्यांत पाणी येतंच. चेऊलकरकाका बाजूलाच राहतात ना?

माया : वर. तिसऱ्या मजल्यावर.

लाल्या : ग्रेट माणूस. त्यांच्या खाली राहायला पण नशीब लागतं.

[लाल्या प्रोफेसरांच्या पाया पडायला वाकतो. ते दचकतात.]

माया : डॅडी... तो मनाचा स्वच्छ आहे. डायलॉगवर जाऊ नका. खूप मनातलं बोलायचं झालं की तो असे डायलॉग टाकतो.

लाल्या : मैंने एण्ट्री मारी, नजर डाली... मैं समज गया. हे सगळं डिफरंट आहे. स्टँडर्ड आहे, क्लास आहे, कल्चर आहे कल्चर! तुम्ही म्हणजे एकदम ब्रँडेड मम्मी-पप्पा वाटता. मम्मीला बघितलं आणि आतमध्ये कट्कन ममता जागी झाली. माँ, तुझे सलाम! (संध्याचे पाय धरतो.)

लाल्या : मम्मी, मला पदराखाली घे. मला चांगल्या स्टोऱ्या सांग. माझ्यावर संस्कार कर.

माया : लहानपणीच आई सोडून गेली त्यामुळे असा सेंटिमेंटल होतो.

लाल्या : मम्मी, झूट नाही बोलत. गाजराच्या हलव्यासाठी मी कुठल्या पण बाईला माँ नाही म्हणणार. मम्मी, तुझ्या आत माँ आहे. तुझ्या डोक्यावर आकाश आणि पायाखाली स्वर्ग आहे.

प्रोफेसर : हा कविताही करतो वाटतं?

माया : कधी समुद्रावर बसला की त्याला असं काही काही सुचत राहतं.

लाल्या : डॅडी, समुद्रावर ठंडा वारा लागला की काही लोकांना कविता करावीशी वाटते तर काहींना लघवी—

प्रोफेसर : हे सभ्य माणसांचं घर आहे.

लाल्या : पण लघवी तर करत असतील ना?

प्रोफेसर : लघवीवर कुणी चर्चा करीत नाहीत.

लाल्या : चर्चा कोण करतोय? डॅडी, मी तुम्हाला आपल्या लहानपणीची गोष्ट सांगतो. मी दहा-बारा वर्षांचा असेपर्यंत बिछान्यातच लघवी करायचो.

प्रोफेसर : दुसरी एखादी रम्य आठवण नाही का?

लाल्या : रम्य म्हणजे?

प्रोफेसर : आनंद वाटेल अशी?

लाल्या : तेच सांगतोय... सुरुवातीला लघवी होईल म्हणून भीती वाटायची. जाम टेन्शन यायचं. मग झोप लागायची... काहीतरी स्वप्न पडायचं... कळ मारायची. मग डायरेक्ट बिछान्यात लघवी. त्यानंतर आनंद वाटायचा. रम्य वाटायचं.

माया : लाल्या, काय बजावलं होतं?

लाल्या : काय?

माया : नीट बोलायचं—

लाल्या : मग मी काय बोललो?

माया : पहिल्या भेटीत सासू-सासऱ्यांशी असं बोलतात का?

लाल्या : चुकलं. साला हे असं होतं. जीभच घसरते. डॅडी, लघवीचं विसरून जा. तुम्हीच आता काहीतरी सॉलिड सब्जेक्ट काढा.

[लाल्याच्या खिशातला मोबाइल वाजतो. मोबाइल काढतो.]

लाल्या : हॅलो, हॅलो... हॅलो...

प्रोफेसर : टॉयलेटमध्ये जा—

लाल्या : हाँ, हॅलो...

प्रोफेसर : (टॉयलेटच्या दिशेने हातवारे करत) टॉयलेट... टॉयलेट...

लाल्या : हॅलो.

प्रोफेसर : टॉयलेटमध्ये जा. सरळ, लेफ्ट—

लाल्या : (प्रोफेसरांना) हे काय आहे... आपण माफी मागितली. लघवीचा विषय स्टॉप केला. आता टॉयलेट टॉयलेट काय?

प्रोफेसर : ह्या घराचा प्रॉब्लेम आहे...

लाल्या : काय?

प्रोफेसर : इथे रेंज फक्त टॉयलेटमध्ये येते.

लाल्या : च्याआयला डॅडी सांगता काय? बाकी कुठे पण नाही?

प्रोफेसर : नाही सरळ जाऊन डावीकडे.

लाल्या : फोन कट झाला, मरू दे! पण साला, हे काय आहे? काय इम्पॉर्टण्ट, काय प्रेमाचं बोलायचं झालं तर टॉयलेट... शी! (हसायला लागतो.)

संध्या : (संतापाने) तू कोण आहेस? तुला इथे कोणी बोलावलंय? त्यांना डॅडी काय म्हणतोस, मला मम्मी काय म्हणतोस? आमची चेष्टा काय करतोस—

लाल्या : मम्मी, ही बोलली नाही. मी तुमचा जावई.

संध्या : चालता हो. पुन्हा इथे पाय ठेवशील तर खबरदार! माया, ह्याला बाहेर जायला सांग. अहो, तुम्ही त्याला काही सांगत नाही...

[प्रोफेसर लाल्याच्या दिशेने सरकतात.]

संध्या : अहो, सांभाळा! खूप जवळ जाऊ नका... फाइट मारेल. गुंड आहे तो गुंड! गुंडाचा काय नेम?

लाल्या : गुंड? हाँ. गुंडा था मैं. उलटं पडलेलं झुरळ होतो मी. हवेत हातपाय

मारायचो, पण पुढे नाही सरकायचो. तुमच्या पोरीने ह्या उलट्या कॉकरोचला सुलटा केला. डॅडी, मला चान्स द्या. झुरळाचं फुलपाखरू होऊ द्या!

प्रोफेसर : (रागाने थरथरत) गेट आऊट.

लाल्या : (अचानक खिशातून पिस्तूल काढतो.) आर या पार. मला आज फैसलाच करायचा आहे.

प्रोफेसर : अरे, कुणाला धमकावतो, काय करशील?

लाल्या : मी तयारीत आलोय. फक्त तीन आकडे मोजणार. हां बोललात तर बॅग आत ठेवणार नाहीतर गोळी आरपार. Your time starts now... One—

प्रोफेसर : अरे, काय चाललंय हे...

लाल्या : लवकर...

प्रोफेसर : मला विचार करू दे.

लाल्या : फटाफट. विचार करायला वेळ नाही. डॅडी, विचार करणाऱ्या माणसाचा सुलेमान गांधी होतो.

प्रोफेसर : सुलेमान गांधी, कोण हा सुलेमान गांधी?

लाल्या : माझा यार. सुलेमान! त्याला शेजारची एक पोरगी आवडली. सुलेमान म्हणाला – 'बोल आती क्या खंडाला?' पोरगी एका पायावर रेडी झाली. प्यार, मोहब्बत, इष्क. दोघे खंडाळ्याला पोहचले. सुलेमान तिला मस्का म्हणायचा. ती सुलेमानला बुरून म्हणायची. रात्री बुरून मस्क्याचा राडा झाला. सकाळी रीपरीप पाऊस पडत होता. सुलेमान घाटात जिंदगीचा विचार करीत बसला होता. मागून मस्क्याने धक्का दिला. सुलेमान घसरला, दरीत पडला, गायब झाला. ऐसाच लाइफ है डॅडी. ऐसाच लाइफ है. विचार करत बसला की संपलं. लवकर... जल्दी...

प्रोफेसर : मर.

[लाल्या पिस्तूल स्वतःच्या डोक्याला लावतो.]

माया : डॅडी, तो काय वाट्टेल ते करू शकतो. त्याने दोनदा स्वतःची शीर कापून घेतली आहे.

लाल्या : टू ऽ ऽ ऽ

[प्रोफेसर बेफाम होतात. लाल्याच्या हातातले पिस्तूल स्वतःच्या डोक्याला लावतात. संध्याचा हंबरडा.]

प्रोफेसर : मार – मला मार – हा प्रोफेसर बुद्धिसागर तुला सांगतो आहे, संपवून टाक हा खेळ सगळा.

लाल्या : डॅडी, मी फक्त टू बोललो... शांत व्हा.

प्रोफेसर : अरे, ज्याने आयुष्यभर नि:स्वार्थीपणे ज्ञानदानाचं पवित्र काम केलं, ज्याने आदर्श विद्यार्थ्यांच्या पिढ्या घडवल्या, ज्याच्या नावाने थोर विद्वानांची मस्तकं आदराने झुकतात त्याचा खून कर. त्याचा खून म्हणजे आदर्शाचा खून, नैतिकतेचा खून, परंपरेची हत्या—

[प्रोफेसरांच्या खिशातला मोबाइल वाजतो.]

प्रोफेसर : हॅलो... हॅलो...

लाल्या : डॅडी, टॉयलेटमध्ये जा. टेन्शन घेऊ नका. सावकाश होऊ दे – आल्यावर श्री बोलतो.

[प्रोफेसर फोनवर हॅलो हॅलो करत आत निघून जातात.]

माया : लाल्या, हे फार होतंय.

लाल्या : मी काय केलं? तूच बोललीस ना फर्स्ट इम्प्रेशन चांगलं पडलं पायजे म्हणून—

माया : म्हणून हे असं?

लाल्या : आता ते डायलॉग मारतात म्हणून मी पण मारले. आता चांगली भाषा बोलायच्या टेन्शनमुळे थोडी मिस्टेक झाली. जेंटलमन व्हायच्या नादात थोडा बॅलन्स गेला. साला, मी फक्त टू बोललो तर बघितलंस – केवढा तमाशा केला. हे असंच वागणार असतील तर कोणी श्री बोलायची डेअरिंग करेल काय?

[प्रोफेसर बोलणं संपवून आतून बाहेर येतात. चेहरा पांढराफटक पडलेला.]

संध्या : अहो, काय झालं? चेहरा पांढराफटक पडलाय, कोणाचा फोन होता?

प्रोफेसर : तो. तोच होता.

संध्या : काय म्हणाला?

प्रोफेसर : धमकावत होता. मी फोन बंद केला.

[लँडलाइनवर फोनची बेल वाजू लागते.]

संध्या : तोच आहे वाटतं—

[प्रोफेसर फोन उचलतात.]

प्रोफेसर : हॅलो... हॅलो... हे बघ – मी तुला ते – ते सगळं खोटं आहे. खोटं आहे ते. चौकशी सुरू आहे. नियमाप्रमाणे मॅनेजमेंटने कमिटी बसवलेली आहे. सत्य काय ते बाहेर येईल. काय करणार आहेस तू? कुणाला धमकावतोस? इथे लोकशाही आहे. दादागिरी चालणार नाही. मारणार आहेस का? मार, तीन महिने झाले. अरे, का सारखा छळतोस मला. झोपू देत नाहीस, काम करू देत नाहीस. ब्लडप्रेशर वाढतं. त्रास होतो मला.

[बोलता बोलता रडायला लागतात. लाल्या जवळ जातो. ऐकतो. मग फोन हिसकावून घेतो.]

लाल्या : कोण आहे रे... कोण? परत फोन केलास तर उभा चिरून ठेवीन! मी कोण? मैं लाल्या, तेरा बाप! प्रोफेसर बुद्धिसागरांचा जावई बोलतोय, कळलं ना? नाही, थांब. (फोन आपटतो) कोण आहे तो? घाबरायचं नाही डॅडी. मी बाहेर जाऊन येतो. आल्यावर श्री बोलतो.

प्रोफेसर : आता त्याची गरज नाही. बॅग आत ठेव.

संध्या : अहो, असं काय करताय गुंड आहे तो गुंड!

प्रोफेसर : संध्या, भाषा जपून वापर—

संध्या : म्हणजे हा गुंड नाही.

प्रोफेसर : आता तो आपला जावई आहे, जावई!

संध्या : अहो हे काय, असं रस्त्यावरच्या गुंडाला जावई जावई म्हणताय. थोडा तरी विचार कराल की नाही?

प्रोफेसर : विचार करत बसलो तर आपला सुलेमान गांधी होईल. चर्चा नको.

संध्या : अहो पण—

प्रोफेसर : निर्णय झालाय. ह्याचं घर होईपर्यंत तो आपल्या सोबत राहील.

लाल्या : (पाया पडत) तुम्ही देवमाणसं आहात. ये घर नहीं मंदिर है मंदिर! डॅडी, ह्या पिस्तुलाचं आता काय करायचं?

प्रोफेसर : असू दे. इकडे आण. आत ठेवतो.

[श्याम. दाढीची खुंटे वाढलेली. बाहेर दंग्यात त्याला मार बसलाय. अंग ठणकतंय. लंगडत प्रवेश करतो.]

प्रोफेसर : (श्यामची अवस्था बघून) अरे, काय झालं?

श्याम : मी समोरच्या टपरीवर उभा होतो. अचानक ह्याची पोरं घुसली. त्यांनी टपरी तोडली आणि मला मार मार मारला.

[संध्या हंबरडा फोडते. उडी मारायला आत निघून जाते. सर्व तिच्या मागे धावतात. लाल्या श्यामच्या दिशेने सरकतो. श्याम घाबरलाय. लाल्या बळजबरीने शेकहँड करतो. श्याम वेदनेने किंचाळतो.]

[अंधार]

[अंधारात टीव्हीवरच्या बातम्या ऐकू येतात.]

वृत्तनिवेदक : काश्मीर खोऱ्यात झालेल्या घातपातात तीस ठार. लष्करी कारवाईत सात अतिरेक्यांच्या मृत्यू.

पाटण्यात मुलीची छेड काढण्याच्या प्रकरणावरून दोन गटांत दंगल. लष्कराला पाचारण. बेमुदत संचारबंदी.

मराठीतील सुप्रसिद्ध नाटककार आनंद चेऊलकर ह्यांना मानाचा पाच लाख रुपयांचा 'सरस्वती सन्मान' जाहीर.

[बातम्या चालू असतानाच हळूहळू रंगमंचावर प्रकाश येतो.]

अंक पहिला

प्रवेश दुसरा

[सकाळची वेळ. श्याम बाहेर सोफ्यावर झोपलाय. लाल्या रात्री टेरेसवर होणाऱ्या पार्टीची तयारी करतो आहे. लाल्या खिडकी उघडतो. ऊन आत येते. श्याम डोळे चोळत उठतो.]

श्याम : वैताग आहे—

लाल्या : काय झालं?

श्याम : डोळ्यावर ऊन येतंय. मला हे आवडत नाही. तुला खिडकी उघडायला कुणी सांगितलं?

लाल्या : गांधीजींनी.

श्याम : कोण गांधी?

लाल्या : अरे गांधी. ओरिजिनल गांधी. त्यांनीच म्हटलंय खिडकी उघडा म्हणजे वारा आत येईल.

श्याम : तू गांधी वाचतोस?

लाल्या : तर... चेऊलकरकाका बोलले गांधीची स्टोरी वाच. त्यांनीच पुस्तकं दिली. रात्रभर वाचत बसतो. स्टार्टिंगला त्रास झाला. आता काय नाय. फुलटाइमपास होतो. (बोलता बोलता फोन लावतो.) मायकल, यार क्या हुआ? माल कभी भेजेगा? अरे यार, कितना बार बोलने का. देख – पाँच व्हिस्की, तीन रम, दो वोडका (श्यामला) तीन रम पुरतील का? थंडी आहे. चार सांगूया. हं. चार रम और लेडीज लोगों के लिए वाइन. और सुन – बियर... बियर जादा नय. थंडी में बियर से पेशाब होताय. देख, सब स्टँडर्ड माल मंगताय. बडा लोगों का पार्टी

१४

है... समझा – इज्जत की माँ-भेन मत कर. (फोन ठेवतो.)

श्याम : कुणाची पार्टी आहे?

लाल्या : अरे, चेऊलकरकाकांना नाटकाचं मोठं अवॉर्ड भेटलं ना त्याची पार्टी आहे. सगळे नाटकवाले येणार आहेत. काकू म्हणाल्या, "लाल्या, पार्टीची सगळी अरेंजमेंट तू करायची." काकूचा आपल्यावर फुल भरोसा आहे. आपल्याला सख्खा पोरगा मानते. श्याम, संध्याकाळी पॉश कपडे घालून, फासफूस करून चकाचक रेडी रहायचं.

श्याम : मला वेळ नाही.

[श्याम आत निघून जातो. बाहेरून कोणीतरी लाल्याला हाक मारतो. लाल्या आलो, आलोऽऽ म्हणत दारापाशी जातो. माया आतून बाहेर येते.]

माया : लाल्या, कुठे चाललास?

लाल्या : टेरेसवर—

माया : मला तुझ्याशी बोलायचंय—

लाल्या : आता टाइम नाय – वर कामं पडलीत.

माया : अरे, पटकन वरचं काम संपवून ये.

लाल्या : नंतर मी खालच्या म्हात्रेबरोबर शाळेत जाणार आहे.

माया : कशाला?

लाल्या : त्यांच्या रोहनला कुठे ॲडमिशन मिळत नाही. त्याचं कायतरी करावं लागेल.

माया : उद्या जा—

लाल्या : अगं, त्याचं वर्ष फुकट जाईल!

माया : दुपारी?

लाल्या : दुपारी जोशींबरोबर म्युन्सिपाल्टीच्या...

माया : म्हणजे माझ्यासाठी तुझ्याकडे वेळ नाही.

लाल्या : तुझ्याकडे तरी कुठे आहे?

माया : मला जावं लागणार हे मी तुला आधीच सांगितलं होतं.

लाल्या : मग लग्न कशाला केलंस?

माया : तूच मागे पडलास. तुला भरोसा वाटत नव्हता. तुला वाटत होतं, मी गेले म्हणजे परत येणार नाही.

लाल्या : ऐसा नहीं...

माया : ऐसा नहीं काय... रोज मला फिल्मी स्टोऱ्या ऐकवायचास. मुलीने धोका दिला... मुलगा बर्बाद झाला. मग मुलाने ट्रेनखाली जीव दिला. त्या स्टोऱ्यांना

घाबरून तुझ्याबरोबर लग्न केलं. तुला घरी आणला. तुझ्यासाठी महिनाभर थांबले.

लाल्या : माया, हमने जनम जनम साथ निभाने का वादा किया है ना...?

माया : अरे, फक्त वर्षभराचा प्रश्न आहे.

लाल्या : पण मी म्हणतो हे असं दूर जायची गरजच काय आहे?

माया : तू चेऊलकरकाकांना मानतोस ना?

लाल्या : तो ग्रेट माणूस आहे. बाप आहे बाप! साला, त्याच्यामुळे बिल्डिंगमध्ये आपली वट आहे.

माया : मी डॉक्टर झाल्यावर त्यांना भेटायला गेले. ते म्हणाले, ''आता तुझं डॉक्टर म्हणून शिक्षण पूर्ण झालं. आता वर्षभर दूर आदिवासी भागात जाऊन काम कर. म्हणजे माणूस म्हणून तुझं शिक्षण पूर्ण होईल.''

लाल्या : पण मी इथे एकटा बेकार काय करू?

माया : अरे, फक्त वर्षभराचा तर प्रश्न आहे. तू इथे शिकशील. मी तिथं शिकेन. वर्षभराने भेटू... तेव्हा दोघेही बदललेलो असू...

लाल्या : माया... रोज फोन करशील ना?

माया : अरे, तिथे रेंज असायला हवी...

लाल्या : माया, मला तुझी आठवण येईल... बहोत याद आयेगी... आणि साला याद आली की आपल्याला पटकन रडायला होतं...

[बाहेरून हाका ऐकू येतात. लाल्या ऽ ऽ लाल्या ऽ ऽ]

लाल्या : (लगबगीने बाहेर जाता जाता) माया, येताना वर तो बॉक्स घेऊन ये.

[लाल्या बाहेर जातो. श्याम आतून बाहेर येतो.]

श्याम : भाई कुठे आहे?

माया : नीट बोल—

श्याम : गुंड, मवाली नाही म्हणालो, भाईच म्हणालो.

माया : तुला त्याचा काय त्रास होतो?

श्याम : त्याचं वागणं-बोलणं डोक्यात जातं माझ्या. साला फिल्मी आहे. ह्याचा बाप काय तर म्हणे हिंदी सिनेमात स्टंट करायचा. एका काश्मिरी बाईचा फोटो दाखवतो आणि म्हणतो ही माझी आई. परवा रामपुरी कसा चालवायचा ते मला दाखवत होता. त्याला तुम्ही गांधी करायला निघालाय. मला भीती वाटते. माया, त्याला तू घेऊन जा. साला... तो ह्या घरात आहे म्हणून चांगले लोक आपल्याशी संबंधही ठेवत नाहीत.

माया : म्हणून डॉलीने तुझ्याशी संबंध तोडले का?

श्याम : हो ऽ ऽ ऽ

[माया बॉक्स घेऊन बाहेर जाते. श्याम अस्वस्थ. टेबलावरची पट्टी उचलतो. रामपुरी समजून उशीला भोसकतो. प्रिया उत्साहाने उघड्या दारातून प्रवेश करते.]

प्रिया : अरे, हे काय – दरवाजा उघडाच आहे?

श्याम : लाल्या घरात असल्यापासून दरवाजा, खिडक्या सगळं उघडंच असतं—

प्रिया : (पेढ्यांचा बॉक्स उघडून त्याच्यासमोर धरते) सॅम, पेढे घे पेढे...

श्याम : पेढे (पेढे पाहून अस्वस्थ) पेढे कशाला?

प्रिया : अरे सॅम, सकाळचा पेपर नाही वाचलास? (पेपर दाखवत) हा बघ पप्पांचा फोटो. पप्पा डी.सी.पी. झाले.

[श्याम जोरजोरात पट्टी उशीला खुपसतो.]

प्रिया : (श्यामकडे एकटक बघत) सॅम, काय झालं?

श्याम : कुठे काय झालंय?

प्रिया : सॅम, तुझा चेहरा का उतरलाय?

श्याम : (गोंधळलेला) कुठे उतरलाय?

प्रिया : डोळ्यांखाली काळं झालंय. चेहरा भकास वाटतो. अरे, असा शून्यात काय बघतोस?

श्याम : (तिला टाळत) शून्य कुठे आहे...

प्रिया : हे बघ, तुझे हात थरथरतायत. (तो तिच्यापासून दूर होतो.) चालण्यात कॉन्फिडन्स नाही. पाय लटपटतायत. सांभाळ. अरे, काय झालं... अरे अरे सांभाळ, पडशील.

[श्याम खचतो, चालता चालता कोसळतो.]

श्याम : साला, तू तोंड उघडलंस की मी हा असा आडवा होतो.

प्रिया : अरे, पण मी प्रेमाने बोलते.

श्याम : पण तुझ्या असल्या प्रेमाने माझा कॉन्फिडन्स जातो त्याचं काय? तू जा... तू जा बघू—

प्रिया : आय लव्ह यू सॅम! सॅम – आता तुला माझी खरी गरज आहे. तू असा डिप्रेशनमध्ये असताना मी तुला सोडून कशी जाईन?

श्याम : मला ते नाही विसरता येत.

प्रिया : अरे, मी आहे ना. ते तू विसरावं म्हणून माझा सगळा प्रयत्न चाललाय ना? मी तुला सायकॅट्रीस्टकडे घेऊन जाणार होते. पण जगभर होईल. लोक तुला वेडा म्हणतील म्हणून मग मीच पुस्तकं आणली. सायकॉलॉजीचा अभ्यास सुरू केला.

श्याम : प्रिया, मी वेडा झालो का?

प्रिया : अरे, तू वेडा होऊ नयेस म्हणून तर हे सगळं चाललंय ना! पेढा घे (त्याला
पेढा भरवते.) आता कसं वाटतंय?

श्याम : राग येतो. चीड येते. नुसता संताप संताप होतो. पण मी दाबतो. कानफटात
मारावीशी वाटते. मी मारत नाही. नुसत्या चुटक्याच वाजवत बसतो.
(अस्वस्थ – चुटक्या वाजवतो.)

प्रिया : असं नाही करायचं... चिडायचं... चीड बरं, चीड! रागव, शिव्या दे. डॅनियल
म्हणतो—

श्याम : कोण डॅनियल?

प्रिया : फार मोठा सायकॉलॉजिस्ट आहे... तर डॅनियल म्हणतो, राग आलेला
असताना शांत बसू नये. रागव... भडक... चीड...

श्याम : पण, आता मला चिडायला होत नाहीय.

प्रिया : चीड! शांत बसू नकोस. वेडा होशील. डॉलीने तुला फसवलं... फिरोजबरोबर
दिल्लीला पळून गेली. का? कारण तू स्मार्ट नाहीस. बोअर आहेस. तू पैसे
मिळवत नाहीस. बापाने वशिल्याने लावलेली नोकरीसुद्धा तुला धड करता येत
नाही.

श्याम : (चिडून) तुझ्या आयला...

प्रिया : करेक्ट! डॅनियल म्हणतो...

श्याम : डॅनियल गेला गाढवाच्या...

प्रिया : करेक्ट! हेच हवंय... थांबू नकोस... बोल डॅनियल कुठे गेला?

श्याम : (थकून बसतो) मला पाणी हवंय... तहान लागली आहे.

प्रिया : तहान कुठे लागली आहे?

श्याम : (भडकून) डॅनियलला तहान कुठे लागते?

प्रिया : अरे, तसं नव्हे... तहान शरीराला लागली आहे की मनाला?

श्याम : झक मारली आणि तो पेढा खाल्ला. हे बघ, माझ्या डोक्यात जातंय...
उचल ते पेढे नाहीतर कानफटात...

प्रिया : सॅम, पेढे बघितले की राग येतो? का?

श्याम : एकदा दिल्लीहून येताना डॉली पेढे घेऊन आली होती.

प्रिया : मग काय झालं?

श्याम : काही नाही.

प्रिया : काय झालं? सांग. मनातलं ओकून टाक.

श्याम : मी पेढे फेकून दिले आणि डॉलीच्या कानफटात मारली.

प्रिया : का?

श्याम : कारण ती खोटं सांगून फिरोजबरोबर दिल्लीला गेली होती. आणि तूच मला हे सांगितलं होतंस.

प्रिया : हो, मीच सांगितलं होतं...

श्याम : प्रिया, तू फांदा मारलास...

प्रिया : अरे, मी फक्त सावध केलं. डॉली माझी मैत्रीण असली तरी तुझ्यासारख्या मुलाला ती झुलवते, फसवते हे मला सहन झालं नाही.

श्याम : प्रिया, मी डॉलीला विसरू शकत नाही.

प्रिया : ती फिरोजबरोबर गेली. तुझा गळा कापला. संपलं. आता विसरायचं.

श्याम : (हळवा होत) नाही विसरता येत. डॉली मनातून जात नाही, काय करू?

प्रिया : (त्याला सावरत) डॉलीला घालवायला मी मदत करीन. आजपासून माझी ट्रीटमेंट सुरू.

[लाल्या धावत बाहेरून आत येतो.]

लाल्या : वर सगळं लफडं झालंय. तो इलेक्ट्रिशियन फुल टाइट आहे. कानफटात मारावी तर गांधी आडवा येतो. श्याम, आपल्याकडे टेस्टर आहे काय, टेस्टर? आणि आत गाण्यांच्या सीडी काढून ठेवल्या आहेत. त्यासुद्धा घेऊन ये. 'कोंबडी पळाली' आहे ना आपल्याकडे?

[श्याम आत निघून जातो. लाल्याचे लक्ष पेढ्यांकडे जाते.]

लाल्या : पेढे? अरे, पेढे कुणी आणले?

प्रिया : मी... अरे, माझे बाबा डी.सी.पी. झाले.

लाल्या : काय सांगतेस? आपले रोकडे साहेब डी.सी.पी. झाले? डेप्युटी कशिनर ऑफ पोलीस? वा:! वा:...

प्रिया : लाल्या, आता बास – तू आता लोकांना घाबरवायचं सोडून दे.

लाल्या : मी कुणाला घाबरवतो? साला, आपल्याला कोण घाबरतं?

प्रिया : सॅम, तुला घाबरतो. तुला बघितलं की त्याला भीती वाटते. त्याचा कॉन्फिडन्स जातो.

लाल्या : काय बोलतेस?

प्रिया : रोज रात्री त्याला स्वप्न पडतं. तो एकटाच मॉलमध्ये उभा असतो. खूप गर्दी असते. सगळे त्याच्याकडे बघून हसतात. तो गोंधळतो. खाली बघतो. त्याच्या कमरेवर पँट नसते.

[लाल्या हसतो. हसतच राहतो.]

प्रिया : हसू नकोस... हे सिरिअस आहे. खूप सिरिअस आहे. भीती... इन्सिक्युअर फिलिंग. स्वतःची लाज वाटायला लागते. कॉन्फिडन्स गेला की स्वप्नात माणसाची पँट घसरते.

लाल्या : अरे बापरे!

प्रिया : आपण त्याची भीती घालवली नाही तर तो वेडा होईल.

लाल्या : बापरे! तू फक्त बोल, ज्यांनी पँट घेतली असेल ना – त्यालाच मॉलमध्ये नागडा करून मारतो. पँट घेऊन येतो.

प्रिया : लाल्या, हे फार कॉम्प्लिकेटेड आहे. प्रश्न पँटचा नाही. तो तुला घाबरतो, हा खरा प्रश्न आहे. तुलाच त्याची भीती घालवायची आहे.

लाल्या : कशी?

प्रिया : समोरून साप आला तर आपल्याला खूप भीती वाटते... आपण काय करतो?

लाल्या : सापाला मारतो.

प्रिया : तसंच तो तुला मारेल.

लाल्या : पण साला मी काय केलंय?

प्रिया : साप आपलं काय करतो? ही ट्रीटमेंट आहे. तो वेडा होऊ नये म्हणून आपण थोडं सहन करायचं...

[कॉन्फिडन्स हरवलेला श्याम टेस्टर घेऊन जपून पावले टाकत बाहेर येतो.]

प्रिया : डॅनियल म्हणतो... राग आला तर रागवायचं. राग दाबायचा नाही. (श्याम चुटक्या वाजवतो) राग दाबला की रात्री पँट जाते. माणूस वेडा होतो. मार... मार... घाबरू नको... मार... अटॅक!!

[श्याम लाल्याच्या दिशेने सरकत असतानाच अंधार.]

[अंधारात 'कोंबडी पळाली—' हे गाणे सुरू होते. गाण्याला जोडूनच टीव्हीवरच्या बातम्या सुरू होतात.]

वृत्तनिवेदक : सरस्वती पुरस्कारविजेते नाटककार आनंद चेऊळकरांच्या सन्मानार्थ आयोजित केलेल्या पार्टीत दारू प्यायलेल्या कलावंतांचा गोंधळ! सुप्रसिद्ध नाटककार प्रशांत कुरतडकर आणि नट अरविंद गोगटे ह्यांना नानावटी इस्पितळात दाखल करण्यात आलं आहे. डॉक्टरांनी त्यांची प्रकृती स्थिर असल्याचं म्हटलं आहे. आनंद चेऊळकरांनी मात्र ''कार्यक्रमात कसलाही गोंधळ झालेला नाही, कार्यक्रम अत्यंत खेळीमेळीच्या वातावरणात पार पडला'', असं म्हटलं आहे. ''नट व दिग्दर्शक नाचत असताना एकमेकांच्या पायात पाय अडकून पडले व त्यांना किरकोळ दुखापत झाली'', असा खुलासा चेऊळकरांनी केला आहे.

[बातम्या चालू असतानाच रंगमंचावर प्रकाश]

अंक पहिला

प्रवेश तिसरा

[बरीच रात्र झाली आहे. मागच्या खिडकीतून टेरेसवरून खाली सोडलेल्या रंगीबेरंगी माळा दिसताहेत. संध्या आणि प्रोफेसर नुकतेच पार्टीतून परतले आहेत. संध्या टीव्हीवर बातम्या बघते आहे. किरकोळ दुखापत झालेले प्रोफेसर कळवळताहेत.]

प्रोफेसर : (खेकसत) टीव्ही बंद कर, टीव्ही बंद कर! हे बघ, संध्या तू ॲडिक्ट झाली आहेस, ॲडिक्ट! टीव्हीशिवाय तुला करमत नाही. आता आपण हा सगळा नाटकवाल्यांचा तमाशा वर प्रत्यक्ष बघितला ना! पुन्हा आता टीव्हीवर काय?

संध्या : वरच्यापेक्षा हे जास्त इंटरेस्टिंग वाटतंय...

[प्रोफेसर उठतात. रिमोट हिसकावून घेतात आणि पटकन टीव्ही बंद करतात.]

प्रोफेसर : तो टीव्ही आहे ना टीव्ही – तो माझ्या डोक्यात जातो.

संध्या : टीव्ही आवडत नाही म्हणता पण टीव्हीवर दिसावं म्हणून तुम्ही सारखे धडपडत असता. टीव्हीचा कॅमेरा दिसला की संपलं... मग तुम्हाला काही सुचत नाही.

प्रोफेसर : (कण्हत) हे बघ, कुठे बँड-एड किंवा सोफ्रामायसिन किंवा...

संध्या : मी सांगत होते... निघा, लवकर निघा... तुम्हीच नाटकावर बोलत बसलात—

प्रोफेसर : आता चॅनलवाले मागे पडतात. बोलावं लागतं...

संध्या : अहो, आता आपलं बोलून झाल्यावर निघता आलं असतं... दुसरे बोलत असताना... मागे भांग पाडत उभं रहायची काही गरज होती का?

प्रोफेसर : (कळवळत) मी मरतोय ऽ ऽ ऽ! कुठे बँड-एड नाहीतर सोफ्रामायसिन असेल...

संध्या : (ड्रॉवर उघडता उघडता) तरी बरं... फक्त हातालाच खरचटलंय.

प्रोफेसर : हाताला खरचटलं काय? जरा पाठ बघ, पाठ!

संध्या : आता पाठीला काय झालं?

प्रोफेसर : मागून कोणीतरी सोड्याची बाटली पाठीत घातली. मला संशय होता. हे होणारच होतं... बँड-एड सापडतंय का? हा चेऊलकर आहे ना, चेऊलकर अत्यंत सामान्य नाटककार आहे. खरं म्हणशील तर हा नाटककार नव्हे. नुसते संवाद लिहून काढले म्हणजे नाटक होत नाही. मी स्पष्ट बोलतो, स्पष्ट! (पाठीतून कळ उठते.) ऑऽऽऽ पाठीच्या कण्यावरच फटका बसला वाटतं! मणका सरकला नाही म्हणजे – मिळवली. (तुच्छतेने) पार्टी! नाटकातली चार उथळ माणसं नाचली त्याला काय पार्टी म्हणतात... बघितलंस ना कसा शेक्सपिअर असल्यासारखा मिरवत होता...

संध्या : (पाठीला मलम चोळत) अहो, चेऊलकर मोठे नाटककार आहेत.

प्रोफेसर : कसला नाटककार? मराठीतल्या मराठीत मोठा.

संध्या : भारतात त्यांचं नाव आहे.

प्रोफेसर : कारण भारतात इतर भाषेत चांगले लेखक नाटकासारखा फालतू प्रकार लिहीत नाही. सगळा थिल्लरपणा. आता ह्याची बायको मुसलमान... केवढा मोठा टिळा लावून फिरत होती. तिच्या आवाजावर म्हणे हा भुलला... आता ह्याला गझलेतलं काय कळतं? पण ती गाते, हा माना डोलावतो. सगळा भंपकपणा. (जखम बघत) हे नुसतंच खरचटलं नाही बरं का? चांगलीच खोल जखम झाली आहे.

संध्या : लाल्या... लाल्या होता म्हणून... नाहीतर त्या नाटकवाल्यांना आवरणं कठीण गेलं असतं. लाल्या म्हणजे पार्टीत एकदम हिरोच झाला होता. सगळे एवढे मोठे लोक पण सारखं आपलं 'लाल्या लाल्या' चाललं होतं... लाल्यानं दारूच्या थेंबालाही स्पर्श केला नाही.

प्रोफेसर : मला नाही आवडलं... कुठेही गात काय होता, फालतू जोक काय मारत होता. स्वत:च्या आईचा फोटो दाखवून रडत काय होता. डिसेंट लोकांमध्ये असं नाही चालत. सावध रहावं लागतं.

संध्या : ती मुलगी कोण हो?

प्रोफेसर : कोण?

संध्या : पावसावर कविता म्हटली बघा.

प्रोफेसर : तीच होती... सुजाता—

संध्या : छान आहे. तरुण आहे. सेक्सी आहे. तुमच्यासारख्या विद्वानाला भुरळ पडावी अशीच आहे.

प्रोफेसर : हे बघ, तुझं पुन्हा सुरू झालं! मी हज्जारदा सांगितलंय, ती माझी स्टुडंट. आता जरा बरं वाचन करते... म्हणून थोडं कौतुक वाटतं इतकंच—

संध्या : कविता बऱ्या करते का?

प्रोफेसर : नाही – म्हणजे ह्या वयात मुलींना थोडं हुरहुरल्यासारखं होतं, कविता करावीशी वाटते.

संध्या : पण कविता कशा असतात?

प्रोफेसर : 'पावसात तू मला भेटशील का?' ऐकलीस ना तू कविता. वाईट असतात, वाईट!

संध्या : तरीही तुम्हाला तिची कविता आवडायची. कविता नीट कळावी, कवितेचा नीट आनंद घेता यावा म्हणून तुम्ही तिला एकटीला लॉजवर बोलावलंत. कविता ऐकून एक्साइट झालात. तिचे पापे घेतलेत. तिच्या अंगावर हात टाकलात.

प्रोफेसर : हे खोटं आहे.

संध्या : तर मग तुम्हाला कॉलेजमधून सस्पेंड का केलंय?

प्रोफेसर : ते खोटं आहे. चौकशीत सत्य काय ते बाहेर येईलच. अगं संध्या, हे सगळं षडयंत्र आहे. हा चेऊळकर आहे ना चेऊळकर... हा सरळ माणूस नाही.

संध्या : काहीही बोलू नका. तीस वर्ष नाटकं लिहिताहेत... साधी स्कूटर नाही त्यांच्याकडे.

प्रोफेसर : स्कूटर? स्कूटरवर बसून नाटक लिहिणार आहे का तो?

संध्या : आज पाच लाख रुपये मिळाले... तर देणगी म्हणून आमटेंना देऊन टाकले.

प्रोफेसर : लोकांना भापवण्याची ही ट्रीक आहे. पण आम्हाला कळतं. आज सुजाताला पार्टीत बोलावण्याचं काय कारण होतं? तिला कविता म्हणायचा आग्रह कशासाठी चालला होता? निव्वळ मला ठेचण्यासाठी. साला, मला उठताही येईना – दादही देता येईना.

[लाल्या आणि माया वरच्या पार्टीतून परतले आहेत. खूप फुले घेऊन प्रवेश करतात.]

संध्या : अरे लाल्या, हे काय? ही फुलं कशाला उचलून आणलीस?

लाल्या : मम्मी, उचलून नाही आणली. वरची मम्मी बोलली घरात आज खूप फुलं झाली. लाल्या, तू थोडी फुलं घेऊन जा.

प्रोफेसर : वरची मम्मी?

माया : तो काकूंना वरची मम्मी म्हणतो आणि तू खालची मम्मी.

संध्या : माया, उद्या सकाळी तू जाणार आहेस ना. मग एवढा वेळ काय करत होतीस?

माया : अगं, काका-काकूंनी थांबवून ठेवलं. मी डॉक्टर झाले म्हणून सत्कार काय केला, लग्नाचं गिफ्ट काय दिलं. या लाल्याला दत्तक काय घेतला. एवढं कौतुक करत होते... अगदी लाजल्यासारखं झालं बघ.

प्रोफेसर : त्यांच्या रक्तातच नाटक आहे. तुम्ही जाऊन झोपा. माझी पाठ ठणकतेय. हातसुद्धा वर करता येत नाहीय. मला काही झोप येणार नाही.

[संध्या, माया दोघी आत निघून जातात.]

प्रोफेसर : लाल्या... व्हिस्कीचा एक छोटा पेग भर. नाहीतर असं कर जरा मोठाच भर. तुझाही पेग भर.

लाल्या : नको.

प्रोफेसर : अरे घे – घेतोस ना?

लाल्या : घ्यायचो – जाम घ्यायचो. डेली! म्हणजे – तिथे सूर्य मावळला, इथे आपला लिव्हर खवळला – अशी स्थिती होती.

प्रोफेसर : मग घे—

लाल्या : डॅडी... मी दारू सोडली.

प्रोफेसर : का?

लाल्या : मी बदललो...

प्रोफेसर : लाल्या, माणसं बदलत नाहीत... फक्त बदलल्यासारखं करतात. शेवटी आयुष्य म्हणजे काय तर फॅन्सी ड्रेस कॉम्पिटिशन. हे लक्षात ठेवायचं, घे! छोटा पेग घे!

लाल्या : नको.

प्रोफेसर : अरे लाल्या, दारू वाईट नाही... आपली दारू प्यायची पद्धत वाईट आहे. अरे, दारू प्यायची पण सावध रहायचं... आपण खूप प्यायल्यासारखं करायचं... समोरच्याला वाटलं पाहिजे ह्याला चढली. मग एकदम सिरियसली, ठरवून खोटं बोलायचं. समोरच्याला वाटतं आपण दारूत खरं बोलतोय. तो आपल्या चुकीच्या माहितीवर विश्वास ठेवतो आणि नेमका खड्ड्यात पडतो. ही एवढी ट्रीक लक्षात ठेवलीस तर कुठल्याही पार्टीत दारू प्यायला काहीच हरकत नाही. घे! माझाही पेग भर. (लाल्या पेग भरतो. प्रोफेसर पटकन मोठा घोट घेतात. मग समोरच्या फुलांकडे लक्ष जातं—) लाल्या, ह्या फुलांचं काहीतरी कर. त्रास होतो. फुलं देऊन मारायचं... ही सर्वांत भयंकर हिंसा आहे. काही नवरे गजरे

देऊन बायकांना मारतात. या माराला बायका प्रेम समजतात. लाल्या, फुलांचा मार जबरदस्त लागतो. जखमा दाखवता येत नाहीत. तक्रार करता येत नाही. लाल्या, मघाशी पार्टीत गाणं म्हणालास ते गाणं म्हण.

[लाल्या गाणे म्हणतो. प्रोफेसर गाणे ऐकता ऐकता अचानक रडू लागतात.]

प्रोफेसर : लाल्या, माझं चुकलं. मी स्वत:हून तिला कविता ऐकवण्यासाठी बोलावलं. माझं चुकलं लाल्या, माझं चुकलं! ती मुलगी बरी आहे... ती पावसाची कविता सोड पण आता ती चांगल्या कविता करते. माझं चुकलं लाल्या. मी त्या पोरीवर बळजबरी केली.

लाल्या : डॅडी, हे खोटं आहे.

प्रोफेसर : हे खरं आहे.

लाल्या : हे खोटं आहे डॅडी. समोरच्याला खड्ड्यात पाडायची – ही तुमची ट्रीक आहे. हे खोटं आहे. तुम्ही देवमाणूस आहात.

प्रोफेसर : माझी तीस वर्षांची करिअर संपली. मी बदनाम झालो.

[प्रोफेसर लाल्याच्या गळ्यात पडून रडू लागतात.]

लाल्या : (सावरत) डॅडी, मैं हू ना. रोने का नय. जबतक ये लाल्या जिंदा है रोने का नय. बोलो – साला, मैं तुम्हारे लिए कुछ भी कर सकता हूं...

[दाराची बेल वाजते. लाल्या दरवाजा उघडतो. दारात श्याम उभा आहे. दारू प्यायल्यामुळे त्याला नीट उभं राहता येत नाही. तो दाराला धरून कसाबसा उभा आहे.]

प्रोफेसर : हरामखोर... रात्रीचे दोन वाजले—होतास कुठे? ऐकू येत नाही का तुला? अवस्था बघ ह्याची. ह्याला कुणी असा बघितला तर काय म्हणेल? लाज नाही वाटत.

[श्यामचा मोबाइल वाजतो. कॉलरट्यून म्हणून कोंबड्याची बांग ऐकू येते. प्रोफेसर भडकतात. प्रोफेसरांचा पारा चढतो.]

प्रोफेसर : हरामखोर. माझं खातो आणि मला कोंबडा म्हणतो. मला चिडवायला गावभर ही ट्यून वाजवत फिरतो. ह्याला मी सोडणार नाही. जा – या घरात येऊ नकोस. रस्त्यावर जाऊन झोप. गेट आऊट.

[श्याम फोन घेतो.]

श्याम : हॅलो... हॅलो – प्रिया, मी बाजारात उभा आहे. भर बाजारात. खूप गर्दी आहे. समोर लाल्या आणि कोंबडासुद्धा आहे. मला बघून हसतायत. राग येतो... पण काय करू? अटॅक! प्रिया, अंगावर पँट नसताना अटॅक कसा करू?

[फोनवर बोलता बोलता श्याम कोसळतो. लाल्या त्याला सावरू पाहतो. प्रोफेसर

सोफ्यावर कलंडतात. त्यांचं 'गेट आऊट – गेट आऊट' असं बरळणं सुरूच आहे.]

[अंधार]

[अंधारात टीव्हीवरच्या बातम्या सुरू होतात.]

वृत्तनिवेदक : 'पावसात तू मला भेटशील का?' असा थेट प्रश्न विचारून संपूर्ण महाराष्ट्राला वेड लावणाऱ्या नवोदित कवयित्री सुजाता बलात्कारप्रकरणी वेगळीच कलाटणी. चौकशी समितीसमोर सुजाताने प्रोफेसर बुद्धिसागरांनी आपल्यावर बळजबरी केल्याची गोष्ट खोटी असून प्रोफेसर बुद्धिसागरांसारख्या गुरुतुल्य विद्वानावर आपण असा आरोप केला... त्याचा आता आपल्याला पश्चात्ताप होत असल्याचं म्हटलं आहे.

[बातम्यांमध्ये प्रोफेसर मुलाखत देत आहेत.]

प्रोफेसर : माझी लोकप्रियता सहन न झाल्यामुळे काही हितशत्रूंनी हा कट रचला होता. पण शेवटी सत्य समोर आलं. सुजाताविषयी माझ्या मनात गैर भावना नाही. पण माझ्यावर अविश्वास दाखवणाऱ्या कॉलेज-मॅनेजमेंटचा निषेध म्हणून मी आपल्या पदाचा राजीनामा देत आहे.

वृत्तनिवेदक : प्रोफेसर बुद्धिसागरांचा राजीनामा मॅनेजमेंटने स्वीकारू नये म्हणून विद्यार्थी रस्त्यावर उतरले आहेत. विद्यार्थ्यांनी लायब्ररीची नासधूस केली, रेल्वे स्टेशनची मोडतोड केली आणि बसेसना आगी लावल्या. सुजाताने फक्त ह्या चॅनेलसाठी म्हटलेली तिची कविता तिच्याच आवाजात ऐकूया.

सुजाता : *पावसात तू मला भेटशील का?*
पावसात तू मला भेटशील का?
इंद्रधनुष्याला लटकून पाण्यात पडलेल्या
माझ्या प्रतिबिंबाचं चुंबन तू घेशील का?

[बातम्या संपण्यापूर्वीच रंगमंचावर प्रकाश येतो.]

अंक पहिला

प्रवेश चौथा

[प्राध्यापक अस्वस्थ येरझाऱ्या घालताहेत. भांग पाडणे सुरूच आहे. संध्या आतून बाहेर येते. गोळ्या देते. मागे सोफ्यावर श्याम पांघरूण घेऊन झोपला आहे.]

संध्या : (काळजीने) अहो, सकाळी चालायला गेला नाहीत. आसनं तरी केलीत का? गोळ्या घ्या. अहो, फणी सोडा – गोळ्या घ्या. गोळ्या घ्या म्हणजे जरा बरं वाटेल—

प्रोफेसर : मला काय धाड भरली आहे? मी बराच आहे—

संध्या : अहो, टेन्शन थोडं कमी होईल.

प्रोफेसर : टेन्शन? टेन्शन कुणाला आलंय? मी ॲब्सल्युटली नॉर्मल आहे. कधी नव्हे तेवढं आज मला बरं वाटतंय... मोकळं वाटतंय...
[शीळ वाजवत आनंदी होऊ पाहतात. भांग पाडतात.]

संध्या : एक विचारू?

प्रोफेसर : विचार—

संध्या : खरं सांगाल—?

प्रोफेसर : आज चांगल्या कामाला निघालोय – खोटं बोलणार नाही.

संध्या : तुम्ही त्या सुजाताबरोबर खरंच काही—

प्रोफेसर : संध्या... कमिटीचा रिपोर्ट मी तुला वाचायला दिला होता... वाचलास की नाही? कमिटीत कोण होतं? शुद्ध चारित्र्याची स्वच्छ माणसं! संध्या, एक वेळ माझ्यावर विश्वास नाही असं म्हणालीस तर मला त्याचं काही वाटायचं

नाही. पण कमिटीतल्या त्या गुरुतुल्य माणसांविषयी तू असं बोललीस तर मात्र... ते मला सहन व्हायचं नाही... आणि आता तू सुजाताची मुलाखत ऐकलीस ना? सुजाता म्हणजे कुणी – सामान्य मुलगी नव्हे. स्त्री-शोषणाविरुद्ध अत्यंत त्वेषाने, संतापाने लिहिणारी, बोलणारी सेंसिबल मुलगी आहे. माझ्या संस्कारात वाढलेली रणरागिणी आहे. ती कदापि पुरुषांचा अन्याय सहन करणार नाही. ती – ती स्वत: जाहीरपणे माफी मागते आहे, माझ्या बाजूने बोलते आहे. संध्या, सगळं जग माझ्या बाजूने आहे आणि तू मात्र...

[रडायला लागतात. श्याम उठून बसतो.]

संध्या : अहो, रडू नका – रडू नका. चुनीलालला भेटायला जाणार आहात ना? सुजलेले डोळे बघून – त्याला काय वाटेल? गोळी घ्या... टेन्शन थोडं कमी होईल. तुमची काहीच चूक नव्हती... तुम्ही उगाच राजीनामा दिलात. आता काय करणार आहात?

प्रोफेसर : संध्या, मी चुनीलालबरोबर काम करायचं ठरवलं आहे.

संध्या : अहो, चुनीलाल बिल्डर... तुम्ही प्रोफेसर. आता तुम्ही मुलांना शिकवायचं, त्यांच्यावर संस्कार करायचे सोडून घरं बांधत फिरणार आहात का?

प्रोफेसर : संध्या, अलीकडे कॉलेजेस् म्हणजे गुंडांनी चालवलेले अड्डे आहेत अड्डे! अशा अड्ड्यांवर पोरांसमोर पोपटपंची करत बसण्यापेक्षा घर नसलेल्यांना निवारा देणं, सावली देणं – हे जास्त महत्त्वाचं काम आहे. चुनीलाल माझा शिष्य. कोपऱ्यावर झोपडपट्टी आहे ना... तिथे नवीन प्रोजेक्ट सुरू करतो आहे. म्हणाला, "सर, माझ्याकडे या... पार्टनर व्हा. मला मदत करा." मी म्हटलं, "अरे, मला ह्यातलं काय कळतं?" तो म्हणाला, "सर, फक्त आशीर्वाद द्या. लाल्याला सोबत घ्या. बाकीचं सगळं मी सांभाळतो." हा प्रोजेक्ट झाला की म्हणाला वडलांच्या नावाने कॉलेज बांधतो. कॉलेज तुम्ही सांभाळा. पैसेही नको म्हणत होता... म्हटलं, "मी शिष्याकडून भीक घेत नाही..." (अचानक आठवल्यासारखं) बॅग, अरे बॅग कुठेय... बॅग इथे ठेवली होती... बॅग कुठे गेली—

संध्या : अहो, कसली बॅग – कुणाची बॅग?

प्रोफेसर : मोठी व्हीआयपीची लाल बॅग! अगं, शोध. नुसती उभी राहू नकोस... चाळीस – चाळीस लाख रुपये होते त्याच्यात. चुनीलालला द्यायचे राहिले होते. गेले, गेले... लाल्या – लाल्या कुठे गेला? नेमका कामाच्या वेळेला हा गायब असतो.

[झोपलेल्या श्यामचे पांघरूण खसकन ओढतात. श्याम स्वप्नातून जागा झाल्यासारखा दचकून उठतो.]

ऊठ, ऊठ रे – बॅग कुठे आहे बॅग?

[श्याम पांघरुणाखाली शोधू लागतो.]

प्रोफेसर : अरे मूर्खा, बॅग तिकडे काय शोधतोस?

श्याम : मी बॅग शोधत नाहीय.

प्रोफेसर : मग?

श्याम : पँट शोधतोय, पँट!

प्रोफेसर : कुठली पँट?

श्याम : माझी... माझी पँट.

प्रोफेसर : पँट पँट काय करतोस? भोसडीच्या पँट तुझ्या अंगावरच आहे. झक मारली आणि ह्याला उठवला... लाल्या ऽ ऽ ऽ लाल्या ऽ ऽ ऽ

[लाल्या धावत बाहेरून प्रवेश करतो.]

लाल्या : चला, चला चुनीलाल खाली वाट पाहतो आहे.

प्रोफेसर : बॅग... बॅग कुठेय? इथे होती—

लाल्या : अहो डॅडी, मी तुम्हाला सांगून बॅग खाली नेली... बॅग चुनीलालच्या गाडीत ठेवली. चला खाली... मम्मी, तुलाही बोलावलंय.

संध्या : मी कशाला?

लाल्या : म्हणाला सगळ्यांनी एकत्र साईबाबांचं दर्शन घेऊया. चल—

संध्या : मी अशा कपड्यात शिर्डीपर्यंत येणार नाही.

लाल्या : अगं, शिर्डी नाही. कोपऱ्यावरच्या साईबाबांच्या मंदिरात जायचं आहे. तिथूनच तो दुबईला जाणार आहे. चला... त्याला उशीर होतोय... चल रे श्याम.

प्रोफेसर : (श्यामला) तू नको... तू तुझी पँट शोध.

[सगळे लगबगीने बाहेर जातात. श्याम सावरतो. योगासने करू लागतो. थोड्या वेळाने प्रिया घरात प्रवेश करते.]

प्रिया : सॅम, अरे काय करतोस? तुझ्या केसमध्ये योगासनांचा काही उपयोग नाही. अरे, मी खूप अभ्यास केलाय. तुला उदास वाटतं... भीती वाटते... छातीत धडधडतं... कानात कुजबूज ऐकू येते... मनात संशयाची पाल चुकचुकते.

श्याम : हो.

प्रिया : रोज भर बाजारात पँट सुटल्याची स्वप्नं पडतात?

श्याम : नाही. रात्री मी बाजारात जातो... पण पँट सुटत नाही.

प्रिया : का?

श्याम : घरातून पँट न घालताच निघतो.

प्रिया : सॅम, ही थर्ड स्टेज आहे. संपलं! आता श्वास घेऊन-सोडून काही होणार

नाही. तुला श्वास नको. प्रेम हवं – प्रेम!

श्याम : मी तुला सांगितलं ना – मला प्रेमबीम काही वाटत नाही.

प्रिया : वाटेल. आय लव्ह यू, आय लव्ह यू म्हणायचं. सतत सारखं आय लव्ह यू, आय लव्ह यू करायचं.

श्याम : म्हणजे काय होईल?

प्रिया : आता आपण कुत्र्याला सारखं टॉमी, टॉमी – म्हणतो तर काय होतं? कुत्राही प्रेमाने बघायला लागतो. तसंच आहे ते. आय लव्ह यू – म्हटलं की मनालासुद्धा प्रेम वाटायला लागतं.

श्याम : मनात आणि कुत्र्यात काही फरक आहे की नाही?

प्रिया : काही फरक नाही.

श्याम : मला नाही प्रेम करता येत. डॉलीने मला फसवलं. फिरोजबरोबर निघून गेली. हे नाही विसरता येत.

[श्याम रडायला लागतो. प्रिया त्याला समजावते.]

प्रिया : अरे, तुसुद्धा हँडसम आहेस. हँडसम आहेस.

श्याम : तो मॉडेलिंग करतो. ग्लॅमर आहे. त्याचा पेपरात फोटो येतो. तो श्रीमंत आहे. गाड्या उडवत फिरतो. मलाच काही जमत नाही. साला विचार केला की कॉन्फिडन्स जातो. हातपाय लटपटायला लागतात. डॉलीने मला दुखावलंय... डॉली तुझी मैत्रीण... मला एक सांग, तिला माझी आठवण येते का?

प्रिया : नाही.

श्याम : दु:ख होतं का?

प्रिया : नाही.

श्याम : पश्चात्ताप.

प्रिया : नाही.

श्याम : म्हणजे ती खूप मजेत आहे का?

प्रिया : खूप मजेत आहे.

श्याम : संपलं. डॉलीने मला जेवढं दुखावलंय तेवढं दु:ख तिला व्हायलाच हवं. डॉलीचा सूड घेतल्याशिवाय मला तुझ्यावर प्रेम करताच येणार नाही.

प्रिया : अरे पण सॅम, असं काय करतोस?

श्याम : तेवढं दु:ख तिला व्हायलाच हवं.

प्रिया : तेवढं म्हणजे किती?

श्याम : तुझं प्रेम आहे ना माझ्यावर?

प्रिया : खूप!

श्याम : मग मला किती दु:ख झालं हे तुला कळत कसं नाही? कळायला हवं... तू मला मदत कर.

प्रिया : मी काय मदत करणार?

श्याम : तुझे बाबा डी.सी.पी. आहेत ना?

प्रिया : बोल, काय हवं? कार, फ्लॅट, कॅश... बाबा काय वाट्टेल ते द्यायला तयार आहेत.

श्याम : डी.सी.पी.साहेबांना म्हणावं – ह्या जावयाने आपल्या मुलीवर प्रेम करावं असं वाटत असेल तर त्याला हुंडा देऊ नका. पैसा, फ्लॅट काही नको. त्याला हवाय फक्त सूड. बदला!

[थकल्यासारखा मटकन खाली बसतो. लाल्या बाहेरून आत येतो. श्यामकडे पाहतो.]

लाल्या : काय झालं? हा असा पांढराफटक का पडलाय? प्रिया, हा बरा झाला की नाही?

प्रिया : नाही त्याचा आजार खूप वाढत चाललाय. लाल्या, आपण फक्त सहन करायचं. सॅम, सांभाळून रहा. येते मी.

[प्रिया जाते.]

श्याम : (लाल्याच्या जवळ जातो) लाल्या, मला भीती वाटते.

लाल्या : अरे, कसली भीती वाटते? मी आहे ना. एक पँट गेली तर काय आपण पन्नास पँटी शिवू...

श्याम : चुनावाला कोण आहे?

लाल्या : बिल्डर आहे. आपल्या डॅडींचा स्टुडंट. साल्या, डॅडीला तू कोंबडा बोलतो... पण बाहेर डॅडींची वट बघायला पाहिजे.

[श्याम अचानक लाल्याच्या कानफटात मारतो. लाल्या गडबडतो.]

लाल्या : अरे, हे काय?

[रागाने श्यामची कॉलर धरतो. त्याला मारणार तोच – त्याच्या केविलवाण्या चेहऱ्याकडे बघून थांबतो. गदगदतो. त्याला गच्च हृदयाशी कवटाळतो.] तुझ्या आयला, तुला आजार तरी कसला झालाय? तुला भीती वाटते म्हणून उठसूठ माझं कानफाट फोडशील काय? साला, भाऊ म्हणून किती सहन करायचं...

श्याम : डॅनियल म्हणतो...

लाल्या : डॅनियल चुतिया आहे. त्याच्या नादी लागलास तर बर्बाद होशील...

[अंधार]

[अंधारातच टीव्हीवरच्या बातम्या सुरू होतात. देशभर मोठ्या उत्साहाने दसऱ्याचा सण साजरा केला जात असल्याच्या बातम्या ऐकू येतात. बातम्या सुरू असतानाच रंगमंचावर हळूहळू प्रकाश येतो.]

अंक पहिला

प्रवेश पाचवा

[दाराला तोरण बांधले आहे. घरात लगबग सुरू आहे.]

संध्या : लाल्या, अरे लाल्या. लाल्या कुठे गेला?
   [लाल्या बेडरूममधून बाहेर येतो]
   अरे, कुठे होतास?

लाल्या : मायाचा फोन होता.

संध्या : अरे, मग मला नाही का द्यायचा? कशी आहे माया? फोनसुद्धा करत नाही.

लाल्या : डोंगरात फोन चालत नाही. रेंज नाही म्हणते. शहरात आली तरच फोन चालतो. आता बोलता बोलता कट झाला.

संध्या : कारची पूजा झाली की नाही?

लाल्या : हो—

संध्या : हार घातलास—

लाल्या : घातला—

संध्या : वर चेऊळकरांना पेढे दिले की नाही?

लाल्या : हो दिले.

संध्या : कार नवीन होंडा सिटी आहे हे सांगितलं ना?

लाल्या : सांगितलं...

संध्या : चला... लवकर चला... श्याम, चल नाहीतर डॅडी भडकतील.
   [टेबलावरचा फोन वाजता]
   कोण? भाभी. भाभी – पेढे मिळाले ना? थॅंक्यू! अहो काही नाही. आज दसरा.

३३

म्हटलं आजच मुहूर्त करून टाकू... नाव वगैरे म्हणजे अगदी सिंपल... बुद्धिसागर बिल्डर्स. तुम्ही येताय ना? या! मी वाट बघते. (फोन ठेवते.) चला, चला. अरे, नऊ वाजले. चला!

[लाल्या, संध्या बाहेर जातात. श्याम बाहेर पडणार तोच प्रिया उत्साहाने प्रवेश करते. तिला खूप आनंद झालेला दिसतो आहे.]

श्याम : आता, सणासुदीच्या दिवशी तू कशाला आलीस?

प्रिया : किती वेळा तुला फोन करायचा? किती एसएमएस? किती मिसकॉल? मी तुझ्यासाठी वणवण फिरते आहे आणि तुला त्याचं काहीच नाही. टीव्ही लाव. अरे, लवकर टीव्ही लाव...

[स्वत: टीव्ही लावते. बातमी सुरू होते—]

वृत्तनिवेदक : सुप्रसिद्ध मॉडेल व चित्रपट कलावंत फिरोज ह्याला पोलिसांनी त्याच्या वर्सोवा येथील घरातून अटक केली. त्याच्या घरात काम करणाऱ्या अल्पवयीन मुलीने फिरोजने आपल्यावर बलात्कार केल्याची तक्रार केली आहे. त्याच्या घरातून दारूच्या रिकाम्या बाटल्या व परदेशी कंडोम्सची पाकिटं हस्तगत करण्यात पोलिसांना यश आलं आहे.

[बातम्यांमध्ये फिरोजच्या शेजाऱ्याची मुलाखत]

शेजारी : फिरोज को हम पाँच सालसे पेचानता है. फिलीम लाइन में था. लेकीन अच्छा आदमी था. कॉंप्रेशन करता था. गणपती में डोनेसन भी देता था. छोटा लडकी लोगों को चॉकलेट देता था... औरतों को भैंजी और बुढी औरतों को माजी बोलता था. औरतों की भोत इज्जत करता था. वो लडकी के साथ ऐसा कैसा काम किया? समझमें नही आताय... यह कुछ पुलीस का लफडा मालूम पडताय.

[बातम्या ऐकता ऐकता श्याम आनंदाने बेहोश होतो.]

प्रिया : खूश झालास ना माझ्या राजा!

श्याम : प्रिया I Love You Priya! I Love You!

[तिला उचलून गरागरा फिरवतो. लाल्या परत येतो. आश्चर्याने बघत उभा राहतो.]

लाल्या : श्याम... अरे, श्याम लवकर चल...

[पहिल्या अंकाचा पडदा पडतो.]

अंक दुसरा

प्रवेश पहिला

[पडदा उघडण्यापूर्वीच टीव्हीवरच्या बातम्या सुरू होतात. बातम्यांमध्ये लहान मुलांनी म्हटलेले स्वागतगीत सुरू होते. पडदा उघडतो. सकाळ. लाल्या ग्रंथांच्या पसाऱ्यात झोपला आहे. संध्या बातम्या ऐकता ऐकता पसारा आवरते आहे.]

वृत्तनिवेदक : सुप्रसिद्ध बिल्डर चुनीलाल चुनावाला यांनी झोपडपट्टीतल्या गरीब मुलांसाठी बांधलेल्या 'श्रीमती चिमणबेन चंदुलाल चुनावाला इंटरनॅशनल इंग्लीश स्कूल'चा उद्घाटन सोहळा आज राष्ट्रपतींच्या हस्ते पार पडला. सकाळपासूनच मुले मैदानावर भारताचा नकाशा तयार करून उभी होती. राष्ट्रपतींचे आगमन होताच मुलांनी स्वागतगीत सुरू केले... आणि अचानक एक दुर्घटना घडली. उन्हाच्या त्रासाने काश्मीर विभागात उभी असलेली मुले अचानक कोसळली. उत्तरप्रदेश विभागातल्या मुलांना उलट्या होऊ लागल्या तर महाराष्ट्रातल्या मुलांना मळमळू लागले. आपल्या निष्पाप मुलांचे शोषण होत असल्याची बातमी ऐकून पालकांनी एकच आकांत केला. मुख्यमंत्र्यांनी चक्कर येऊन पडलेल्या मुलांना २० हजार रुपये तर उलट्या झालेल्या मुलांना १० हजार रुपयांची रक्कम जाहीर केली आहे. 'उलट्या करणारी पीडित मुले मोठी झाल्यावर सरकारी नोकरीत घेण्याचा विचार केला जाईल' असे मुख्यमंत्री म्हणाले... मळमळलेल्या मुलांसाठी मात्र कसलीही योजना जाहीर केली गेली नाही. 'शाहू-फुले-आंबेडकरांच्या या महाराष्ट्रात मळमळलेल्या मुलांचा वाली कोण?', असा संतप्त सवाल सर्वत्र विचारला जात आहे.

[बातम्या सुरू असताना श्याम आतून बाहेर येतो. श्याम बदललाय. चालण्या-बोलण्यात आत्मविश्वास.]

श्याम : माझी पँट कुठे आहे... पँट? लाल्या ऽ ऽ ऽ

संध्या : श्याम (टीव्ही बघत) अरे ते बघ... ते – ते कोण आहेत?

श्याम : कोण? अगं ते आपले राष्ट्रपती आहेत.

संध्या : त्यांच्या मागे – जरा नीट बघ बरं—

श्याम : कोण? अगं तो बॉडीगार्ड आहे—

संध्या : त्याच्यामागे. डॅडींसारखे दिसतायत बघ.

श्याम : राष्ट्रपतींच्या मागे डॅडी? नसतील.

संध्या : अरे तेच ते!

श्याम : कशावरून?

संध्या : खिशातून फणी काढली बघ! राष्ट्रपतींच्या मागे उभा राहून दुसरा कुणी फणी काढेल का? तेच ते—

श्याम : (झोपलेल्या लाल्याला) लाल्या... ए लाल्या ऽ ऽ ऽ

संध्या : अरे, झोपू द्या त्याला. रात्रभर कसले कसले ग्रंथ वाचत बसतो! आत्ताच झोपलाय... झोपू दे!

श्याम : लाल्या (लाल्याला गदागदा हलवतो) लाल्या ऊठ! ये गाडी काढायची आहे. उशीर झाला तर तो इंजिनिअर निघून जाईल.

संध्या : श्याम, त्याच्याशी जरा नीट बोल. अरे, नोकर आहे का तो?

श्याम : तू फार लाडावून ठेवलंयस त्याला. सकाळचे १० वाजले तरी उठत नाही म्हणजे काय? लाथा घातल्या पाहिजेत.

संध्या : हे फार होतंय. तू त्याचा बिछाना बाहेर आणून ठेवलास... त्याची सगळी पुस्तकं बाहेर काढलीस.

श्याम : झोपडपट्टीत राहत होता. हे काय वाईट आहे का? ऊठ रे ऊठ—
[खसकन पांघरूण काढतो. लाल्या उठतो. अजून झोपेत आहे. श्यामला गरागरा फिरवतो. संध्या सोडवू पाहते. लाल्या भानावर येतो.]

लाल्या : सॉरी... झोपेत होतो. विसरूनच गेलो.

संध्या : आपण बदललोय हे तुझ्या लक्षात कसं राहत नाही?

लाल्या : झोपेत होतो.

संध्या : म्हणून हे असं वाईट वागायचं?

लाल्या : दिवसभर चांगला वागतो ना. झोपेत तोल सुटतो. रात्रीच तिघांना घुसवला.

संध्या : घुसवला म्हणजे?

लाल्या : खुपसला. कोथळा काढला.

संध्या : बापरे, कुठे?

लाल्या : स्वप्नात

संध्या : हे असे खूनच पाडायचे तर ह्या ग्रंथांचा उपयोग काय?

लाल्या : हे बघ मम्मी. ही पुस्तकं जाग्या माणसांसाठी. झोपलेल्या माणसांसाठी त्यात काही नाही. चेऊलकरकाका म्हणतात झोपलेल्या माणसांना सुधारणारा ग्रंथ अजून कोणी लिहिलेला नाही.

[टेबलावरचा फोन वाजतो.]

संध्या : श्याम, अरे श्याम फोन घे—

श्याम : मी घेणार नाही. लोक वाट्टेल ते बोलतात. शिव्या घालतात. लाल्या फोन घे. आणि फोनवर कुणीही असू दे. सांग मी घरात नाही.

लाल्या : मी फोन घेणार नाही. मला त्रास होतो. खोटं बोललं की डोकं दुखतं.

संध्या : रात्रंदिवस ह्या ग्रंथात डोकं खुपसून बसतोस ना त्याचा हा परिणाम आहे.

[पुन्हा फोन वाजू लागतो.]

श्याम : (हुकूम सोडत) फोन घे. आणि पटकन तयार हो.

[लाल्या फोन उचलतो.]

लाल्या : हॅलो... प्रोफेसर बुद्धिसागर घरात नाहीत. श्यामसुद्धा घरात नाही. फाल्तू चौकशा करू नका. डोक्याची शीर तडकते.

[लाल्या फोन आपटतो.]

श्याम : (निघता निघता) लवकर ये, मी खाली थांबलोय.

[लाल्या आत निघून जातो. श्याम बाहेर पडतो. टेबलावरचा फोन वाजतो. संध्या फोन घेते.]

संध्या : हॅलो, भाभी? भाभी कशा आहात? मजेत? अरे वा:! अहो, मीसुद्धा अगदी मजेत आहे. चेऊलकरांच्या नवीन नाटकाचा मुहूर्त आहे का? नाटकाचं नाव – काय म्हणालात? 'मालवून टाक दीप–' अरे वा!! नाव छानच आहे. मुहूर्त कुठे आहे? आपल्या टेरेसवरच आहे का? सांगते – सांगते. लाल्या बाहेर गेलाय. हो, आला की लगेच पाठवते – बरं. (फोन ठेवते. लाल्या बाहेर येतो.) भाभीचा फोन होता. नव्या नाटकाचा मुहूर्त आहे. ह्यांना अजिबात काही सांगू नकोस. त्या नाटकवाल्यांबरोबर जातील आणि पुन्हा मार खाऊन येतील.

लाल्या : मम्मी... लग्नाचा वाढदिवस असला तर काय गिफ्ट देतात?

संध्या : कुणाच्या लग्नाचा वाढदिवस आहे रे?

लाल्या : कुणाच्या पन गं...

संध्या : अरे—आपल्याला जे आवडतं, परवडतं ते द्यावं. पण कुणाच्या लग्नाचा वाढदिवस आहे...? सांग ना—

लाल्या : (मोबाइल बघत) साला मोबाइलचा काहीतरी लफडा आहे. मम्मी – पक्या, चंद्या कुणाचा पण फोन आला तर डायरेक्ट मला ऑफिसला कॉल करायला सांग.

संध्या : पक्या, चंद्या कोण रे?

लाल्या : आपली पोरं आहेत. आपण भायगिरी सोडली तरी पोरं आपल्याला सोडायला तयार नाहीत. पोरं शिकली नाहीत... संस्कार नाहीत... पण आपल्यासाठी जीव पण द्यायला तयार आहेत.

संध्या : खरंच?

लाल्या : मग? मागे डॅडी, सुजाता लफडा झाला तेव्हा कॉलेजात चौकशी करायला कमिटी बसली होती. सगळे एक से एक टॉप एज्युकेटेड लोक. आपल्या पोरांनी कानाखाली आवाज काढल्याबरोबर एज्युकेशन-फेज्युकेशन विसरले. फैसला आपल्या बाजूने झाला.

संध्या : लाल्या, हे खरं आहे?

[लाल्याला चूक उमगते. लाल्या काही बोलत नाही.]

संध्या : लाल्या – हे खरं आहे? मी ह्यांना विचारलं तर – हे माझ्या गळ्याची शपथ घेऊन म्हणाले—

लाल्या : काय?

संध्या : मी सुजाताला कधी स्पर्शही केलेला नाही.

लाल्या : असं म्हणाले?

संध्या : आणि रडले—

लाल्या : रडले?

संध्या : थांबेचनात. मला तेव्हाच संशय आला. दु:ख झालेला माणूस असा ढसाढसा रडत नाही. घाबरलेला माणूसच असा आकांत करू शकतो.

लाल्या : अगं असं नाही. डॅडी रडणारच. आता काय फॉल्ट नसताना कोण बोललं तर माणूस रडणारच ना?

संध्या : अरे फॉल्ट नव्हता तर तुम्ही कमिटीतल्या लोकांना का मारला?

[लाल्या डोकं धरतो. खालून हॉर्न वाजल्याचा आवाज. लाल्या निघून जातो. टेबलावरचा फोन वाजतो. संध्या फोन घेते.]

संध्या : अगं माया, आहेस कुठे तू? घरी साधा फोन करता येत नाही तुला... फोन नाही, रेंज नाही, वीज नाही... कुठल्या गावात आहेस तू? हे बघ सहा महिने

झाले. आता पुरे. अगं, मुंबईत गरिबांचा दुष्काळ पडलाय का? हे बघ इथे गरीबही आहेत शिवाय रेंजही आहे. इथं ये आणि काय ती सेवा कर. अगं, लाल्या आत्ताच बाहेर गेला. फोन कसा लागेल, त्याची बॅटरी डाऊन आहे. अगं – बदलतोय... बदलतोय... जास्तच बदलतोय. गांधीबिंधी झाला नाही म्हणजे मिळवली. हॅलो... हॅलो... अगं...

[फोन कट होतो. प्रोफेसर बाहेरून आत येतात. हातात गिफ्ट बॉक्स. पण सहज दिसू नये अशा पद्धतीने दडवलेला आहे.]

संध्या : अहो, तुम्ही ऑफिसात गेला नाहीत का?

प्रोफेसर : संध्या, मी मालक आहे. मालकाला रोज ऑफिसात जावं लागत नाही.

संध्या : अहो, पण ऑफिस सोडून राष्ट्रपतींच्या मागे कुठे फिरत होतात?

प्रोफेसर : (हसत) मला वाटलंच टीव्हीवर तू मला बघितलं असशील. म्हणून मी हातसुद्धा हलवला. अगं, आपला हा चुनावाला... त्याच्या शाळेच्या उद्घाटनासाठी घेऊन गेला... मी त्याला म्हणालो, ''अरे, राष्ट्रपती वगैरे येणार एवढ्या मोठ्या कार्यक्रमात माझं काय काम?'' त्यावर तो काय म्हणाला माहीत आहे, ''सर, तुमच्यामुळे मी आज उभा आहे. मी फक्त परतफेड करतोय. सर, हे सगळं तुमचं आहे... हुकूम करा... मी फक्त तुमचा नोकर आहे.'' – आता एवढं बोलल्यावर काय करणार? गेलो! नको, नको म्हणत असताना थेट राष्ट्रपतींशी ओळख करून दिली. ते एकाच गावचे. मी सलमान खान, राखी सावंत आणि राष्ट्रपती असा एक फोटोही घेतला. लंचसाठी थांबा म्हणत होते. मी म्हटलं, ''नाही. संध्या घरी वाट बघत असेल.''

संध्या : अहो, एवढा आग्रह करत होते तरी राष्ट्रपतींना सोडून घरी आलात...

प्रोफेसर : का आलो – सांग?

संध्या : का?

प्रोफेसर : संध्या आज तारीख काय आहे? अगं, आज आपल्या लग्नाचा वाढदिवस आहे.

संध्या : अरे... आपल्या लग्नाचा वाढदिवस? – पण आपण लग्नाचा वाढदिवस कधी साजरा करतो? तीस वर्षं झाली लग्नाला—

प्रोफेसर : संध्या... आज आपण साजरा करणार आहोत. सरप्राइज... (भेट देतो.)

संध्या : काय आहे?

प्रोफेसर : उघडून बघ तर खरं...

[संध्या बॉक्स उघडते.]

संध्या : डायमंडचा सेट... अहो, हे फार महाग असेल...

प्रोफेसर : संध्या, तुझा नवरा आता प्रोफेसर नाही. बिल्डर झालाय बिल्डर! चुनीलाल म्हणाला, "सर, मला काही नको. हा सगळा प्रोजेक्ट तुमचा." हे बोलताना त्या पोराच्या डोळ्यात पाणी होतं. त्याने नव्या टॉवरचं नाव पण फिक्स करून टाकलंय.

संध्या : काय?

प्रोफेसर : संध्या टॉवर्स – अगं खरंच. आता माझ्यासारखा स्वच्छ प्रामाणिक माणूस हे काम करतो म्हटल्यावर – लोक अक्षरश: पैसे घेऊन दारात उभे आहेत. संध्या, खूप पैसे कमवण्यात वाईट काय आहे? संध्या, आता मध्यमवर्गीय विचार सोडायचा. बास झालं. अर्धं आयुष्य घासाघीस करण्यात घालवलं. रिक्षावाले, टॅक्सीवाले, वाणी अशा चिल्लर लोकांनी आपल्या अंगाला कधी सुख लागू दिलं नाही. साला, काश्मीर सोड – साधं हे इथे माथेरानला गेलो तर कधी एन्जॉय करता आलं नाही. सारखा मनात एकच विचार... हा घोडेवाला आपल्याला फसवत तर नाही? साला, पैसे बरोबर घेतले मग आपलाच घोडा खंगलेला का? – हे एकदा मनात सुरू झालं की संपलं. मग कसला निसर्ग, कसला पाऊस आणि कसली थंडी. आता सूड घेतल्यासारखा पैसा कमवायचा. पैसा उडवायचा. मी श्यामला सांगितलंय रोज रोज गाडीवरून भांडणं नकोत. तुझी तू दुसरी गाडी घे.

संध्या : अहो, थोडा विचार करा. लोक सारखा फोन करतात. शिव्या घालतात. तो गणपत शेट्टी सारखा घरी फोन करून धमकावत असतो. तुम्ही कॉलेज सोडून उगाच या भानगडीत पडलात.

प्रोफेसर : संध्या, थोडं सोसावं लागतं. रिस्क घेतल्याशिवाय काही मिळत नाही.

संध्या : अहो, त्या प्लॉटवरच्या झोपड्या कोण उठवणार?

प्रोफेसर : आपण! विश्वास बसत नाही? संध्या, एक महिना – फक्त एक महिना. नंतर... प्लॉटवर एक झोपडी तुला दिसायची नाही.

संध्या : अहो, एवढी घाई करू नका. थोडा विचार करा.

प्रोफेसर : संध्या, घाई करावीच लागते... सर्व काही झटपट... विचार करत बसलं की संपलं! मी पटकन नोकरी सोडली... बिल्डर झालो. मी वाचलो... संध्या, मी वाचलो नाहीतर माझा सुलेमान गांधी झाला असता.

संध्या : हा सुलेमान गांधी कोण?

प्रोफेसर : पूर्वी शाळेत एक कविता होती. सोलोमन ग्रँडी, बॉर्न ऑन मंडे... तो जन्माला यायचा... दुसऱ्या दिवशी बारसं... तिसऱ्या दिवशी शाळा... नोकरी... लग्न... सगळं फटाफट. त्या सोलोमन ग्रँडीचा हा भारतीय अवतार. ही कविता लाल्याची.

[डायमंड नेकलेस तिच्या गळ्यात घालतो. अभिमानाने ऊर भरून येतो.]
संध्या, काय चिकणी दिसतेस तू. एकदम माल, आयटम. सेक्सी. कंडा! खोटं नाही सांगत – आरशात बघ. मस्का!

संध्या : हे सांगायला तुम्हाला एवढी वर्षं लागली.

प्रोफेसर : अगं, माझी बायको सेक्सी दिसते. माझं तिच्यावर प्रेम आहे हे सांगायला माझ्याकडे भाषा नव्हती.

संध्या : प्रोफेसराकडे भाषा नाही.

प्रोफेसर : प्रोफेसराकडे भाषा नसतेच. असतो तो शब्दांचा कचरा... लाल्याने मला ही जिवंत भाषा दिली. त्यांच्या भाषेला व्याकरण नाही पण माणसं जोडण्याची जादू त्या भाषेत आहे. I love you baby, I love you!

संध्या : तुमच्या डोळ्यात पाणी?

प्रोफेसर : संध्या, मला रडू येतंय. मला अडवू नकोस – रडू दे!

संध्या : प्लीज... आज तरी रडू नका.

[अंधार]

अंक दुसरा

प्रवेश दुसरा

[घरात लाल्या एकटाच. बाहेरचा दरवाजा उघडा आहे. खिडक्या मात्र बंद आहेत. टेबलावरचा फोन सतत वाजतोय. लाल्या फोन उचलत नाही. मग बराच विचार करून फोन उचलतो.]

लाल्या : हॅलो... अरे, श्याम कुठे आहेस तू? पनवेलला कसली मीटिंग आहे? च्याआयला मी घरात एकटा आहे एकटा! कुणी नाही. डोकं दुखतंय. साली, ही फाल्तू शिक्षाच होऊन बसली आहे. लोकांना काय सांगू? खोटंच सांगतोय. आता नवीन खोटं काय सुचत पन नाही. तू मोबाइल बदलला... नंबर पण देत नाही. प्रिया सारखी फोन करते. तिने पार वाट लावून टाकलीय माझ्या भेज्याची! तिला काय सांगू? सारखं एकच विचारते. हल्ली स्वप्नात तुझ्या अंगावर पँट असते की नाही? हॅलो... हॅलो...

[फोनवर बोलणं चालू असताना प्रिया दारात येऊन उभी राहते.]

प्रिया : (आत येत) लाल्या...

[लाल्या दचकतो. पटकन फोन ठेवतो. खिशात हात घालतो.]

फोन कुणाचा होता?

लाल्या : राँग नंबर होता... राँग...

प्रिया : लाल्या, खिडक्या का बंद आहेत?

लाल्या : माझं डोकं दुखतंय! खिडकी उघडली की वारा आत घुसतो. सरळ डोक्यात जातो. बाहेरचा लाइटसुद्धा चालत नाही. प्रिया, ह्या डोक्यावर काही इलाज आहे का?

प्रिया : खिशातला हात काढ! आता बघ डोकं थांबेल.

लाल्या : खिशाचा डोक्याचा संबंध काय?

प्रिया : संबंध असतो... काही लपवायचं असलं की माणूस स्वत:च्या खिशात हात घालतो. तू काहीतरी लपवतो आहेस... म्हणून डोकं दुखतंय. (लाल्या पटकन खिशातला हात बाहेर काढतो.) आता सांग, फोन कुणाचा होता?

लाल्या : श्यामचा फोन होता...

प्रिया : सॅम कुठे आहे? माझा फोन उचलत नाही. भेटत नाही. मला टाळतो... का? डॉलीने ह्याला धोका दिला. अरे हा वेडा होणार होता... जीव देणार होता... मी त्याला मदत केली तर हा आता मला टाळतो. लाल्या... मला एक सांग... ऑफिसात सॅमला भेटायला कोण कोण येतं?

लाल्या : कॉण्ट्रॅक्टर—इंजिनिअर—आपले झोपडपट्टीवाले—

प्रिया : आणखी कोण, कोण येतं? (लाल्याचा हात नकळत खिशाकडे जातो.) लाल्या, खिशात हात घालू नकोस... कोण येतं?

लाल्या : डॉली... डॉली येते. म्हणजे रोज येत नाही. एक-दोनदा दिसली.

प्रिया : अच्छा – काय म्हणते डॉली?

लाल्या : काही नाही.

प्रिया : काही नाही कसं? काहीतरी बोलत असेलच ना...

लाल्या : मी एकदा बघितलं तर... रडत होती.

प्रिया : सॅम काय करत होता? लाल्या प्लीज... हात खिशात जाऊ देऊ नकोस.

लाल्या : हा पण तिच्या गळ्यात पडून रडत होता...

प्रिया : बघितलंस! ज्या डॉलीने ह्याची पँट पळवली, भर बाजारात ह्याला उघडा केला तिच्यासमोर हा भडवा रडतो. मी ह्याला उभा केला, पँट चढवली... हा माझ्या प्रेमात पडावा म्हणून बिचाऱ्या फिरोजला आत डांबला... तर हा—

लाल्या : ...तर हा उल्टा डॉलीच्याच प्रेमात पडला... म्हणतो, "आता मी डॉलीवर पयल्यापेक्षा जास्त प्रेम करायला लागलोय..."

प्रिया : मला संशय होताच. हल्ली तो बोलता बोलता अचानक खिशात हात घालायचा. फणी काढून भांग पाडायचा. मी रडायचे तर हा फूऽऽऽ फूऽऽऽ करून फणीला फुंकर घालत बसायचा... लाल्या, माझी ट्रिटमेंट चुकली. ट्रिटमेंट बदलावी लागणार. लाल्या, डोस वाढवावा लागणार.

लाल्या : म्हणजे?

प्रिया : लाल्या, कॉन्फिडन्स... ओव्हर कॉन्फिडन्स हा भयंकर आजार आहे. त्यासमोर कॅन्सर काहीच नाही. संसार सुखाचा करायचा असेल तर स्त्रीला पुरुषाचा

कॉन्फिडन्स कंट्रोल करावा लागतो. वेळप्रसंगी नवऱ्याचा कॉन्फिडन्स गेला तरी चालेल पण वाढू द्यायचा नाही. वाढलं की संपलं! पूर्वी सोपं होतं... "तुम्हाला मेलं काही जमतच नाही... काही कळतच नाही... नाहीतर समोरचे नाडकर्णी पहा–" एवढ्याने नवऱ्याचा कॉन्फिडन्स काबूत रहायचा. आता दिवस बदलले. पुरुष इम्युन झाले. हे औषध चालत नाही... नवऱ्याचा कॉन्फिडन्स मरत नाही. लाल्या, मला तुझी मदत हवी.

लाल्या : मी... मी काय करणार?

प्रिया : त्याचा कॉन्फिडन्स कमी करायचा.

लाल्या : कसा?

प्रिया : त्याला धमकवायचा... वेळ पडली तर मारझोड करायची... शांतता नको. शांततेने अशा फालतू लोकांचा कॉन्फिडन्स वाढतो. दहशत निर्माण करायची... शिव्या घालायच्या... घाबरला की कॉन्फिडन्स जाईल. कॉन्फिडन्स गेला की तो माझ्या प्रेमात पडेल.

लाल्या : पण... एखाद्याला घाबरवून प्रेम करायला कसं लावता येईल?

प्रिया : अरे... हल्ली अशीच प्रेमं होतात... बिहार – बिहारमध्ये काय होतं?

लाल्या : काय होतं?

प्रिया : मुलींचे बाप चांगल्या मुलाला पळवून नेतात. कोंडतात. उपाशी ठेवतात. चांगले दहा-बारा दिवस बडव, बडव बडवतात आणि आपल्या मुलीशी लग्न लावून देतात.

लाल्या : बापरे...

प्रिया : बापरे काय? ती लग्नं जास्त टिकतात. यशस्वी होतात. प्रेमाने शेवटपर्यंत ती दोघं एकत्र राहतात. हे बिहाऱ्यांना जमतं... तर मराठी लोकांना का जमू नये?

लाल्या : पण तो माझा भाऊ आहे...

प्रिया : भाऊ आजारी आहे. भावावर प्रेम करावं. भावाच्या आजारावर प्रेम करू नये. आजारी भावाला मदत नाही करणार?

लाल्या : नाही... हे मला जमणार नाही.

प्रिया : परवा घरी... बाबांचे मित्र आले होते. सर्व पोलीसवाले. घरीच प्यायला बसले. तुझा विषय निघाला. तुझ्यावर पूर्वीच्या केसेस आहेत म्हणे. तडीपार, एन्काउंटर – दारू पिऊन वाट्टेल ते बरळत होते. मीच म्हटलं, "लाल्या आता तसा राहिला नाही. बदललाय. मारामाऱ्या, गुंडागर्दी, वॉयलंस – असलं काही नाही. प्रेम, शांतता असं सगळं त्याचं चालू असतं." घाबरू नकोस लाल्या, मी आहे. सांगितलेलं तेवढं लक्षात ठेव. सॅमने स्वत:हून मला फोन केला पाहिजे.

गुडघे टेकून त्याने मला ''I love you'' म्हटलं पाहिजे... बास! मी वाट बघते.
[प्रिया निघून जाते. लाल्या डोकं धरून बसतो. मग आत निघून जातो. श्याम
प्रवेश करतो. त्याचा कॉन्फिडन्स उतू जातोय.]

श्याम : अरे, खिडक्या कुणी बंद केल्या? लाल्याऽऽऽ लाल्याऽऽऽ हे काय आहे?
कुणी आला तर काय म्हणेल? एवढा मोठा बिल्डर अशा घरात राहतो... घराची
पार झोपडपट्टी करून टाकलीस.

लाल्या : (आतून बाहेर येत) अरे, तू पनवेलला गेला होतास ना?

श्याम : फालतू चौकशा करायच्या नाहीत, कळलं? साला, तुझ्या त्या
झोपडपट्टीवाल्यांनी डोकं फिरवलंय. एक काम होऊ देत नाहीत. लाल्या... प्रिया
खाली जाताना दिसली. मला बघून तोंड फिरवलं. ती इथे आली होती का?

लाल्या : हो.

श्याम : पुन्हा आली तर दरवाजा उघडू नकोस. सालीला हाकलवून लाव...

लाल्या : श्याम... तिला फोन कर.

श्याम : कुणाला ऑर्डर देतोस?

लाल्या : तिला आत्ता फोन कर...

श्याम : आवाज खाली घे. कुणाशी कसं बोलायचं ते आधी शीक. अरे, तुझी लायकी
तरी आहे का माझ्याशी बोलायची?

लाल्या : (कॉलर धरतो) भिकारचोट, सांगतो तेवढं ऐक. फोन कर... तिला भेट.
तिच्यासमोर गुडघे टेक आणि बोल... चुतिया काय बोलशील? बोलायचं,
I love you... I love you... I love you.
[श्याम स्वतःला सोडवू पाहतो. लाल्या त्याच्या कानफटात मारतो.
शांतता—]
च्याआयला कंट्रोल गेला. सॉरी यार... आदमी है. मिस्टेक होताय. सॉरी बोललो
ना. हे बघ श्याम – तू मला कानफटात मार... फिटंमफाट होऊन जाईल.
लागल्यास एक एक्स्ट्रा मार म्हणजे तुला बरं वाटेल.
[श्यामच्या खांद्यावर हात ठेवतो. श्याम हात झटकून आत निघून जातो.]

[अंधार]

अंक दुसरा

प्रवेश तिसरा

[संध्या आणि प्रोफेसर टीव्हीवर एखादी मालिका बघत बसले आहेत. लाल्या उत्साहात प्रवेश करतो.]

लाल्या : मम्मी... डॅडी... हे बघा.

प्रोफेसर : काय?

लाल्या : चेऊलकरकाकांच्या नवीन नाटकाचं पुस्तक... डॅडी कव्हर बघा... कव्हर...

प्रोफेसर : वा! आता थोडंसं बटबटीत आहे... पण नाटकाला धरूनच असणार म्हणा.

लाल्या : ते चित्र मी काढलंय.

संध्या : अरे, सांगतोस काय? बघू! ग्रेट! छानच आहे रे. सुंदर. अहो, नीट बघा तरी...

प्रोफेसर : वा! तुझ्या चित्रामुळे चार प्रती तरी संपतील...

लाल्या : मम्मी... पुढे आत वाच ना...

संध्या : ''माझा पुत्र लाल्यास हे नाटक अर्पण'' वा! एवढ्या मोठ्या नाटककाराने तुला पुस्तक अर्पण केलं... अभिनंदन!

प्रोफेसर : नाटकाचं नाव काय?

लाल्या : मालवून टाक दीप.

प्रोफेसर : कसं आहे नाटक?

लाल्या : ग्रेट... सॉलिड आहे.

प्रोफेसर : काय गोष्ट घेतली आहे चेऊलकरांनी?

लाल्या : एक प्रोफेसर असतो...

प्रोफेसर : बरं...

लाल्या : प्रोफेसर म्हणजे – तुमच्यासारखाच.

संध्या : (उत्साहाने) म्हणजे... यांचीच गोष्ट आहे की काय? इंटरेस्टिंग. पुढे काय होतं?

प्रोफेसर : संध्या, बेडरुममध्ये माझा मोबाइल आहे का बघ जरा—
  [संध्या आत निघून जाते.]

प्रोफेसर : तर – माझ्यासारखा एक प्रोफेसर असतो. पुढे...

लाल्या : कॉलेजात एक चिकणी पोरगी असते. माल! सेक्सी... कळतंय ना?

प्रोफेसर : कळतंय...

लाल्या : तर साला हा प्रोफेसर तिच्याबरोबर डिंगडाँग करतो ना...

प्रोफेसर : बरं! ती पोरगी कविताही करत असेल...

लाल्या : करते ना... सॉलिड कविता करते. मग साला जाम लफडी होतात. प्रोफेसरची जाम ट्रॅजेडी होते. बायको सोडून जाते. पोरगा बापाला विचारत नाही. प्रोफेसर बेवडा होतो...

प्रोफेसर : बास! शेवटी काय होतं?

लाल्या : त्याला पोलीस बेड्या घालतात...

प्रोफेसर : हरामखोर... त्या चेऊलकरला फार मस्ती चढली आहे, मस्ती! नाटक लिहितो – नाटक! असली नाटकं लिहून म्हणे हा लोकांचे अश्रू पुसतो. अरे, इथे रडतंय कोण?

लाल्या : काका म्हणतात, ''जे रडत नाहीत त्यांचे अश्रू पुसणं हेच खऱ्या नाटककाराचं काम आहे.''

प्रोफेसर : मला... मला बेड्या घालायला निघालाय. भडव्याचा बंदोबस्त करावा लागणार.

लाल्या : म्हणजे?

प्रोफेसर : चेऊलकरचा दिवा भगभगतो आहे तो मालवावा लागणार. त्याच्या नाटकाचा पहिला प्रयोग कधी आहे?

लाल्या : परवा—

प्रोफेसर : ठरलं – लाल्या ठरलं... शुभारंभाचा प्रयोग संपल्या संपल्या त्याच्या तोंडाला काळं फासायचं...

लाल्या : पण कशासाठी?

प्रोफेसर : ते तुला कळायचं नाही.

लाल्या : ते माझ्यासाठी एवढं करतात.... शिकवतात...

प्रोफेसर : शिकवतो म्हणजे काय... तर फालतू माहितीचा कचरा तुझ्या डोक्यात डंप करतो. एक्स्पायरी डेट संपलेलं ज्ञान म्हणजे कचरा...

लाल्या : मला कळत नाही... पण मी मारामारी सोडली.

प्रोफेसर : डार्विन म्हणतो, ''जगायचं असेल तर मारामारी करावीच लागते.'' हाताने मारामारी करतात ते गुंड! बुद्धीने मारामारी करतात ते विद्वान... तू गुंडगिरी सोडलीस – मारामारी नव्हे! आणि हे बघ, तू आता काहीच करायचं नाही. तुझी ती पोरं आहेत ना – कोण ते—पंक्या, चंद्या—त्यांना सांगायचं...

लाल्या : पण डॅडी, हे बरोबर नाही.

प्रोफेसर : मला चार गोष्टी जास्त कळतात... तू 'मदर इंडिया' किती वेळा पाहिलास?

लाल्या : चाळीस वेळा.

प्रोफेसर : त्याचा एंड काय आहे – एंड?

लाल्या : आई, स्वत:च्या मुलाला मारते.

प्रोफेसर : काही वेळा समाजाच्या भल्यासाठी असे कठोर निर्णय घ्यावे लागतात. प्रयोग संपल्या संपल्या काळं फासायचं.

लाल्या : डॅडी, मला फार वाईट वाटतंय...

प्रोफेसर : 'मदर इंडिया'तल्या आईला त्रास झाला नसेल का?

लाल्या : साला माझं डोकं दुखतंय... भेजा फाटून बाहेर येईल असं वाटतंय...

प्रोफेसर : लाल्या, रूळ बदलताना खडखडाट होतो, गचके बसतात... गाडी घसरते... सोसायचं!

[टेबलावरचा लँडलाइन वाजतो. प्रोफेसर फोन उचलतात.]

प्रोफेसर : हॉं... बोला शेट्टीसाहेब... बोला! मीटिंग? आता कसली मीटिंग? झाल्या मीटिंगा... हे बघा तुम्ही चुनीलालला फोन करा. मला परत फोन करू नका... तो काय सांगतो त्याच्याशी माझा काही संबंध नाही. अरे... अरे... कुणाशी बोलतोस.... धमकावतोस कुणाला? अरे भिकारचोट, कोण तुझ्या धमक्यांना भीक घालतो... भडव्या महिन्याभरात झोपड्या उठल्या पाहिजेत.

[थरथरत... खुर्चीत मटकन बसतात. लाल्या पाणी पाजतो.]

लाल्या, माझी अशी अवस्था होत असताना तू काय फक्त बघत बसणार?

[अंधार]

['मालवून टाक दीप चेतवून अंग अंग' हे गाणं ऐकू येतं. गाण्याला जोडूनच टीव्हीवरच्या बातम्या सुरू होतात—]

वृत्तनिवेदक : 'मालवून टाक दीप' या नाटकाच्या शिवाजी मंदिर येथील शुभारंभाच्या प्रयोगात गोंधळ! सदर नाटकातील 'बॉम्बे' या शब्दाला आक्षेप घेत काही तरुणांनी नाटककार चेऊलकर यांच्या तोंडाला काळं फासलं. मराठी साहित्यिक व विचारवंतांनी विचारस्वातंत्र्यावर झालेल्या भ्याड हल्ल्याचा निषेध केला आहे. हा केवळ मराठी नाटकावर झालेला हल्ला नसून हा महाराष्ट्राच्या संस्कृतीवर, परंपरेवर झालेला हल्ला आहे. प्रोफेसर बुद्धिसागर व इतर काही मराठी विचारवंत आज सकाळपासून सचिवालयासमोर उपोषणास बसले आहेत. मुख्यमंत्र्यांनी मराठी रंगभूमीला मालवून टाकण्याचे प्रयत्न कदापि सहन केले जाणार नाहीत... नाटकाला चेतवण्यासाठी अनुदानात वाढ करण्यात येईल, असं म्हटलं आहे. हल्ला झाला तरी नाटकाचे प्रयोग चालूच राहतील, असा निर्धार निर्मात्यांनी व्यक्त केला आहे.

[बातम्या चालू असतानाच रंगमंचावर प्रकाश—]

अंक दुसरा

प्रवेश चौथा

[लाल्याचे डोके ठणकतेय. प्रकाश सहन होत नाही म्हणून त्याने डोळ्यावर काळा गॉगल लावलाय. तो डोक्याला करकचून रुमाल बांधतो. गोळ्या खाणार तेवढ्यात मोबाइल वाजतो.]

लाल्या : माया... माया... अरे, कुठे आहेस तू? माया, ये तुने मुझे कहाँ फसा दिया? मला हे नाही झेपत. मी रस्त्यावरचा थर्डक्लास माणूस आहे. मी वाईट आहे. मला साला ह्या संस्कारांची भीती वाटते... माया, मला जाऊ दे, माया... [रडायला लागतो. फोन कट होतो. फोनवर बोलणं सुरू असतानाच संध्याने आतून प्रवेश केला आहे.]

संध्या : अरे लाल्या, काय झालं? पुन्हा तुझं डोकं दुखायला लागलं का? आणि हे कुठेयत?

लाल्या : खाली बँकेचे लोक आले आहेत.

संध्या : पण म्हणून काय ब्रेकफास्ट सोडून जायचं का?

लाल्या : भांडण चाललंय... डॅडी त्यांना शिव्या घालताहेत. माझं डोकं गेलं म्हणून मी वर आलो.

संध्या : हे असं चाललंय. मी नको नको म्हणत असताना त्या चेऊलकरांसाठी उपोषणाला बसले. आता त्यांना नाही झेपत. काही खाल्लं नाही की ॲसिडिटी होते. मग शिव्या तरी घालत बसतात... नाहीतर ढेकर देत बसतात. बोलाव त्यांना वर... (टेबलावरचा फोन वाजतो) बघ रे लाल्या, कोण आहे... श्याम असेल बघ... कालपासून घरी आला नाही... गेला कुठे?

लाल्या : अगं येईल...

संध्या : पण मी म्हणते, असा अचानक गेला कुठे?

लाल्या : येईल गं... कुठेतरी बिहार साइडला गेलाय.

संध्या : आता बिहारला काय आहे?

लाल्या : मला माहीत नाही.

[लाल्या फोन उचलतो. 'हॅलो' म्हणतो आणि पटकन संध्याच्या हातात देतो.]

संध्या : हॅलो कोण... भाभी? अहो भाभी, आपल्या लाल्याने फोन उचलला. बोलला नाही का तुमच्याशी? का? मी विचारते त्याला... चेऊलकरांना काय झालं? ॲसिडिटी का? अहो, आमच्याकडे—ॲसिडिटीची भरपूर औषधं आहेत. पाठवते... लाल्या आहे... लगेच पाठवते—

[फोन ठेवते.]

संध्या : लाल्या...

लाल्या : मी वर जाणार नाही.

संध्या : का? भांडलाबिंडलास की काय?

लाल्या : प्रॉब्लेम होतो. ती वरची मम्मी सारखं बेटा बेटा करते.

संध्या : मग?

लाल्या : मला रडायला येतं मम्मी! नजरेला नजर देता येत नाही. मनातलं पटकन बाहेर येईल, अशी भीती वाटते. गॉगल लावतो... खिशातला हात बाहेर काढत नाही. समोर प्रेम करणारा दिसला की कल्टी मारतो.

संध्या : काहीतरी विचार करत बसतोस... मग डोकं दुखतं!! लाल्या, आज गोळ्याबिळ्या घेऊ नकोस. आज आपण गम्मत करूया...

लाल्या : काय?

संध्या : तुझ्या आवडीची गाणी ऐकूया... ही कॅसेट... लग्नाच्या वाढदिवसाला तू मला भेट दिली होतीस. लाव – ऐकूया—

लाल्या : कशाला?

संध्या : मला ऐकायची आहे...

[लाल्या कॅसेट लावतो. गाणे सुरू होते. दोघे शांतपणे गाणे ऐकतात.]

संध्या : लाल्या, तुला आवडणाऱ्या सर्व गाण्यांत काश्मीर का?

लाल्या : कारण... माझी आई काश्मीरकडची होती. मी लहान असतानाच ती घर सोडून निघून गेली. माझा बाप सिनेमात एक्स्ट्राची कामं करायचा. तिथे त्याने आईला पटवलं. आई म्हणजे – 'काश्मीर की कली'मधली शर्मिला टागोर... बाप म्हणजे अमरापूरकर... फार तर ओमपुरी. बापाला सारखा संशय वाटायचा.

ती आपल्याला सोडून जाईल म्हणून घाबरायचा. दारू प्यायचा. तिला मार, मार मारायचा. ती म्हणे सुंदर गालिचे विणायची. मम्मी, मला आता सारखी तिची आठवण येते. एकदा तिला भेटावंसं वाटतं... मम्मी, ज्या फिल्ममध्ये काश्मीर दाखवतात ती फिल्म मी पन्नास पन्नास वेळा बघतो. पडद्यावर आईला शोधत राहतो. मम्मी, चॅलेंज आहे... एक दिवस मी तिला शोधून काढणार.

संध्या : अरे, कसं शोधणार? आठवणी सोडून तुझ्याकडे दुसरं काय आहे?

लाल्या : हा फोटो... बघ! मस्त आहे ना... आणि हे एक पत्र आहे. जुनं आहे... फाटलंय. वाचता येत नाही पण...

संध्या : लाल्या, तुझा बर्थडे कधी असतो?

लाल्या : माहीत नाही. आई भेटली तर पयलं तेच विचारणार... साला, आपल्याला काय बर्थडे-बिर्थडे आहे का नाय?

संध्या : १३ ऑक्टोबर.

लाल्या : तुला कसं माहीत?

संध्या : कारण १३ ऑक्टोबरला माझा बर्थडे आहे! एकाच दिवशी दोघांचा बर्थडे म्हणजे विसरायचा प्रश्नच नाही... आणि हे बघ... कुणाला आठवो न आठवो आपण दोघांनी धम्माल करायची.

लाल्या : सकाळपासून जोरजोरात बिल्डिंगमध्ये काश्मीरची गाणीबिणी लावू.

संध्या : मी तुझ्यासाठी स्पेशल केशरबिशर टाकून काश्मिरी जेवण बनवेन.

लाल्या : जमेल का पण?

संध्या : मुलाचा बर्थडे म्हटल्यावर काय... आईला सगळं जमतं...

लाल्या : मम्मी, मला गिफ्ट काय देशील?

संध्या : अरे लाल्या... मी माझा अख्खा बर्थडे देऊन टाकला. अजून काय गिफ्ट हवं तुला?

[प्रोफेसर तावातावाने बाहेरून आत प्रवेश करतात.]

प्रोफेसर : गाणी बंद कर... गाणी बंद कर... लाल्या, काय चाललंय हे? डोक्याचं कारण सांगून सटकलास आणि इथं गाणी ऐकत बसलास? लाज नाही वाटत...

संध्या : अहो, मीच सांगितलं...

प्रोफेसर : तुला एक अक्कल नाही... खाली बँकेच्या लोकांनी केवढा तमाशा केला. ते धमक्या द्यायला लागले. सगळ्या सोसायटीसमोर शिव्या द्यायला लागले. लाल्या असता, दोन फटके चढवले असते तर प्रॉब्लेम सॉल्व्ह झाला असता... पण हा भिकारचोट इथे अंताक्षरी खेळत बसलाय.

संध्या : त्याला कशाला शिव्या देताय? सगळी चूक तुमची आहे.

प्रोफेसर : अक्कल पाजळू नकोस. माझी काय चूक आहे?

संध्या : हप्ते भरले नाहीत तर असा तमाशा होणारच...

प्रोफेसर : हप्ते कुठून भरू?

संध्या : हा विचार गाडी घेण्यापूर्वी सुचायला हवा होता.

प्रोफेसर : हे असंच होणार... मला स्वप्न पडलं होतं का? तो गणपत शेट्टी झोपडपट्टीवाल्यांना चढवतोय. साला एक काम होऊ देत नाही. लोकांनी माझ्याकडे विश्वासाने पैसे आणून दिले... ते मी चुनीलालला देऊन बसलो. आता चुनीलाल भेटत नाही. फोन उचलत नाही.

संध्या : तो तुमचाच शिष्य... तुम्ही त्याच्यावर संस्कार केले म्हटल्यावर वेगळं काय होणार होतं!

प्रोफेसर : आपल्याला कळत नाही तिथे शहाणपणा करू नये. आणि हे बघ, तू बाहेर जा... मला लाल्याशी बोलायचं आहे. (संध्या आत जाऊ लागते.) आत नव्हे बाहेर. वर चेऊलकरांकडे गेलीस तरी चालेल. आणि हे बघ, लगेच गाडी गेल्याची दवंडी गावभर पिटू नकोस.

[संध्या बाहेर जाते.]

प्रोफेसर : लाल्या, बस! मला जरा तुझ्याशी बोलायचं आहे.

लाल्या : डॅडी... माझं डोकं...

प्रोफेसर : फार चोचले झाले तुझ्या डोक्याचे. बस्स! लाल्या, मी प्रोफेसर होतो. विचारवंत समीक्षक म्हणून माझं नाव होतं. ते सगळं सोडून मी या धंद्यात पडलो... का?

लाल्या : का?

प्रोफेसर : लाल्या, अरे तू गुंड आहेस. मवाली आहेस. तुझ्याकडे पाच-पंचवीस तरुण पोरं आहेत. मुंबईतल्या छोट्या-मोठ्या गुंडांना तू ओळखतोस. निवडणुकीत सर्वांना मदत करतोस. शिवाय, तू त्या झोपडपट्टीत राहत होतास. झोपडपट्टीवाले तुझं ऐकतात. तुला मानतात. शिवाय तुकाराम शेट्टी तुझ्या बापाचा मित्र...

लाल्या : डॅडी, म्हणून तर तो चुनावाला मला त्याच्याकडे बोलवत होता. वाट्टेल तेवढे पैसे द्यायला तयार होता. पण...

प्रोफेसर : मायासाठी तू नाही म्हणालास. ग्रेट! प्रेमासाठी तू काय वाट्टेल ते करू शकतोस. I am proud of you Lalya! I am proud of you! तू माझा जावई आहेस हे कळल्यापासून चुनीलाल माझ्या मागे लागलाय. लाल्या, अरे फक्त

तुझ्यासाठी त्याने मला ह्या प्रोजेक्टमध्ये ओढला. लाल्या, मी तुझ्या भरोशावर सर्व कमाई त्यात टाकून बसलो.

[अचानक रागारागाने श्याम प्रवेश करतो आणि लाल्याच्या कानफटात मारतो.]

प्रोफेसर : अरे काय झालं?

लाल्या : अडवू नका... मारू दे. अजून एक बाकी आहे. मार – मार म्हणजे जरा बरं वाटेल.

प्रोफेसर : अरे, पण काय झालं काय? श्याम तू होतास कुठे?

श्याम : विचारा तुमच्या जावयाला...

प्रोफेसर : काय झालं?

श्याम : तुकाराम शेट्टी आणि लाल्याच्या पोरांनी मला कोंडून ठेवला होता. मार मार मारला. साल्यांनी मोबाइलसुद्धा तोडून टाकला. जीव घेणार होते. मी कसाबसा निसटलो.

लाल्या : काय?

श्याम : साल्या... नाटकं करू नकोस. इथे बसून कारस्थानं करतो. च्युतिया बनवतो. डॅडी, हा साप आहे, विषारी साप.

[लाल्याचा फोन वाजतो. माया फोनवर. लाल्या फोन घेण्यासाठी आत निघून जातो.]

श्याम : गणपत शेट्टी ऐकायला तयार नाही. कोर्टाची भाषा करतोय. तो कोर्टात गेला की संपलं. आपण रस्त्यावर येणार. मी चुनीलालला भेटलो. तो म्हणतो, आता एकच मार्ग आहे.

प्रोफेसर : काय?

श्याम : गणपतचा काटा काढायचा...

प्रोफेसर : कोण काढणार?

श्याम : लाल्या...

प्रोफेसर : अरे, तुझ्यासारख्या चिल्लर पोराने कानफटात मारली तरी त्याने हात उचलला नाही. तोंडातून शिवीसुद्धा काढली नाही. संपलं... लाल्यातला गुंड मेला...

श्याम : डॅडी, गुंड मरत नाही. तो फक्त झोपलाय. त्याला हलवा. तुमचं ज्ञान, तुमची विद्वत्ता, प्रतिभा पणाला लावा. गुंड झोपता कामा नये. त्याला उठवा—

[लाल्या फोनवरचं बोलणं संपवून येतो.]

प्रोफेसर : (नाटकी मायेने) कुणाचा फोन होता?

लाल्या : मायाचा—

प्रोफेसर : काय म्हणते?

लाल्या : रडत होती.

प्रोफेसर : का?

लाल्या : फोन कट झाला. डॅडी, मी दु:खात असलो की तिला आपोआप कळतं. ती रडते...

प्रोफेसर : अरे वेड्या, कसलं दु:ख? आम्ही आहोत ना? अरे, तू आम्हाला श्यामपेक्षा जास्त जवळचा वाटतोस. संध्या तर तुझ्यावर पोरापेक्षा जास्त प्रेम करते. हो की नाही?

लाल्या : हो—

प्रोफेसर : उद्या तुझ्या आईला कुणी रस्त्यावर आणलं तर तू काय करशील?

लाल्या : मर्डर करेन—

प्रोफेसर : शाब्बास!

श्याम : तुकाराम शेट्टीचा मर्डर करायचा—

[लाल्या शांत.]

प्रोफेसर : काय झालं? गप्प का? अरे, तुझं रक्त उसळत का नाही? लाल्या— संस्कार! अरे, संस्कारांनी तुझा सगळा घात केला आहे. आई, बाप रस्त्यावर आले तरी रक्त तापत नाही – त्या विचारांना तू संस्कार समजतोस? जे ज्ञान माणसाला दुबळं करतं ते ज्ञान कसलं? उभा रहा—

लाल्या : मी बदललोय—

प्रोफेसर : म्हणजे?

लाल्या : वाल्याचा वाल्मीकी झालोय.

प्रोफेसर : ह्या समाजाला आता वाल्मिकीची गरज नाही. आम्हाला वाल्याच हवाय... वाल्या!

श्याम : गणपत कोर्टात पोचायच्या अगोदर त्याचा निकाल लागला पाहिजे.

[श्याम आत निघून जातो. टेबलावरचा फोन वाजतो. लाल्या फोन उचलतो.]

लाल्या : हॅलो... मम्मी मम्मी... अगं काय झालं, रडतेस कशाला? काय झालं? काकांना बरं वाटत नाहीय – हे बघ, तू रडू नकोस, मी आलो—

प्रोफेसर : काय झालं रे?

लाल्या : वरच्या मम्मीचा फोन होता. चेऊलकरकाकांच्या छातीत दुखतंय. डॅडी, त्यांना धक्का बसला असणार. (स्वत:च्या गालफडात मारून घेतो) साला, माझंच चुकलं... मी वाईट आहे, माझंच चुकलं.

प्रोफेसर : अरे, काय झालं?

लाल्या : डॅडी, काल रात्री मी त्यांच्याबरोबर बसलो होतो. काकांचा मूडऑफ होता. म्हणाले, ''लाल्या, मी लोकांसाठी एवढं केलं पण शेवटी प्रेक्षकांनी माझ्या तोंडाला काळं फासलं. आता मी पुन्हा कधीही नाटक लिहिणार नाही.'' मला जाम वाईट वाटलं. मी रडायला लागलो. आणि डॅडी, रडता रडता घसरलो.

प्रोफेसर : (दचकत) म्हणजे?

लाल्या : मी सगळं सांगून टाकलं. म्हटलं, ''काका, असं काही करू नका. नाटक लिहायचं थांबवू नका. लोकांनी काही केलं नाही... डॅडी... डॅडी म्हणाले म्हणून मी तुमच्या तोंडाला काळं फासलं...''

प्रोफेसर : भेंचोद... हे तुला कुणी सांगितलं?

लाल्या : हे ऐकल्यावर त्यांच्या डोळ्यात पाणी आलं. एवढा मोठा माणूस रडायला लागला. म्हणाले, ''अरे, तुझं काही चुकलं नाही... माझंच चुकलं... मीच तुला नीट बदलू शकलो नाही.''

प्रोफेसर : अरे, काय केलंस हे... त्याला काळं फासल्या फासल्या उपोषणाला बसणारा पहिला माणूस मीच होतो. लाल्या, थोडं डांबर असेल तर माझ्या तोंडाला फास.

[इमारतीखाली ॲम्ब्युलन्स येऊन थांबल्याचा आवाज. लाल्या लगबगीने बाहेर जात असतानाच—]

प्रोफेसर : लाल्या... मी तुझ्याकडे भीक मागतो... पदर पसरतो. आता गणपतविषयी आपण जे बोललो ते कुणाला सांगू नकोस.

लाल्या : डॅडी, रडू नका. उद्या गणपत मेला आणि तोंडातून तुमची नावं बाहेर पडली तर मला बोलू नका – त्या गांधीला धरा.

[लाल्या लगबगीने बाहेर निघून जातो. श्याम हातात पिस्तूल घेऊन आतून बाहेर येतो.]

प्रोफेसर : त्याचा आता काही उपयोग नाही.

श्याम : म्हणजे?

प्रोफेसर : संस्काराने लाल्याची वाट लावली.

श्याम : आता काय?

प्रोफेसर : गणपतच्या आधी लाल्याचा काहीतरी बंदोबस्त करावा लागणार.

[अंधार]

[अंधारातच टीव्हीवर बातम्या सुरू होतात.]

वृत्तनिवेदक : मुंबईत झोपडी विरुद्ध टॉवर या वादात आणखी एकाचा बळी. गणपत

ह्या कार्यकर्त्याचा मृत्यू. गणपतने आज संध्याकाळी चालत्या रेल्वेसमोर उडी मारून जीव दिला. ही आत्महत्या नसून हा खून असावा असा संशय व्यक्त केला जात आहे. चुनावाला बिल्डरविरुद्ध भांडणाऱ्या गणपत शेट्टीचा खून झाला आहे, असा दावा करत झोपडपट्टीवासीयांनी आज मुंबईत रेल्वे ट्रॅक अडवले. श्रीमंतांच्या टॉवरखाली किती गणपत भरडले जाणार, असा संतप्त सवाल ते विचारत होते. रेल्वे सेवा ठप्प झाल्यामुळे ऑफिसात जाणाऱ्यांचे अतोनात हाल झाले. मुंबईबाहेर जाणारे मुंबईतच अडकून पडले. शेवटी पोलिसांनी बुद्धिसागर बिल्डर्सचे प्रोफेसर पी. एल. बुद्धिसागर आणि त्यांचे पुत्र श्याम बुद्धिसागर यांना चौकशीसाठी ताब्यात घेतल्याचे जाहीर होताच ''शहीद गणपत शेट्टी अमर रहे'' अशा घोषणा देत लोक घरी परतले. या प्रसंगी मसजिद रोड स्टेशनला 'शहीद गणपत शेट्टी' हे नाव देऊन हुतात्म्याचा गौरव करावा, अशीही काहीजणांनी मागणी केली आहे.

[बातम्या चालू असतानाच प्रकाश—]

अंक दुसरा

प्रवेश पाचवा

[श्याम पुन्हा डिप्रेशनमध्ये गेलाय. लंगडतो आहे. कॉन्फिडन्स नाही. प्रिया नटून-थटून प्रवेश करते.]

प्रिया : सॅम... सॅम, अरे काय झालं?

श्याम : कुठे काय झालं?

प्रिया : अरे, हे काय – तू अजून तयार झाला नाहीस?

श्याम : आत्ताच तर पोलीस स्टेशनातून आलो. आता परत कुठे जायचं आहे?

प्रिया : अरे, मी फोनवर बोलले. सगळं विसरलास का तू?

श्याम : काय?

प्रिया : अरे, आज लग्न नाही का?

श्याम : कुणाचं?

प्रिया : आपल्या फिरोजचं...

श्याम : फिरोज... फिरोज सुटला?

प्रिया : बिचाऱ्याची काय चूक होती? मलाच दया आली. म्हटलं... झाली तेवढी शिक्षा खूप झाली. मग बाबांनीच सोडवला. पण वॉर्निंग दिली... डॉलीशी लग्न करायचं आणि ताबडतोब मुंबई सोडायची... चल, पटकन तयार हो.

[श्याम उठून चालू पाहतो – चालता चालता लटपटतो.]

श्याम : प्रिया, तुला हसायला येत असेल ना?

प्रिया : हो... अरे, तुझा फोन आल्यापासून मी खुशीत आहे. सारखी हसतेच आहे. मला ठाऊक होतं तू मला फोन करणार.

श्याम : प्रिया, माझं सगळं अंग ठणकतंय. चालता येत नाही, बसता येत नाही. पोलीस चौकशीसाठी नेतात. डॅडी बाहेर बाकड्यावर फणी साफ करीत बसतात. मला आत नेतात. बडवतात. प्रिया, बडवताना खरोखरंच माझ्या अंगावर पँट नसते.

प्रिया : आणि लाल्या कुठे आहे?

श्याम : लाल्याचा पत्ता नाही. घरी येत नाही. गायब झालाय. प्रिया त्या गणपत शेट्टी प्रकरणात आमचा काहीच संबंध नाही... पण हा लाल्या पोलिसांना खोट्या बातम्या सांगतो आणि पोलीस आमचा गळा धरतात. प्रिया, भीती वाटते...

प्रिया : सॅम... सॅम, अरे घाबरू नकोस. आता मी आले आहे ना...

श्याम : प्रिया... आय ॲम सॉरी...! (तिचा हात धरू पाहतो) आय लव्ह यू प्रिया!

प्रिया : असं नाही!

[श्याम कळा मारत असतानाही तिच्यासमोर गुडघे टेकतो.]

श्याम : (विव्हळत) I love you! I love you! I love you! I love you!

[श्याम रडू लागतो.]

प्रिया : ऊठ... अरे, ऊठ! चल, पटकन तयार हो. सगळे मोठे मोठे लोक येणार आहेत. बाबा म्हणाले, तिथेच जाहीर करून टाकू.

श्याम : काय?

प्रिया : आपल्या लग्नाचं.

श्याम : मला भीती वाटते. प्रिया मला त्या लाल्याची भीती वाटते. आपण सावध रहायला हवं... त्या गुंडापासून सर्व समाजाला धोका आहे. प्रिया... डी.सी.पी.साहेबांना म्हणावं... हा श्याम तुमच्या मुलीशी लग्न करायला एका पायावर तयार आहे, पण त्याआधी त्या लाल्याचा बंदोबस्त व्हायला हवा. त्याची नामोनिशाणी उरता कामा नये.

[अंधार]

[अंधारातच टीव्हीवरच्या बातम्या ऐकू येतात.]

वृत्तनिवेदक : काल रात्री सैतान चौकी येथे पोलिसांबरोबर झालेल्या चकमकीत कुप्रसिद्ध खतरनाक गुंड लाल्या जागीच ठार. गेल्या अनेक दिवसांपासून शहरातून गायब झालेला लाल्या सैतान चौकी येथे खंडणी गोळा करायला येणार असल्याची बातमी पोलिसांना लागताच पोलिसांनी सापळा रचला. एन्काउंटर फेम डी.सी.पी. रोकडे यांनी वारंवार विनंती करूनही लाल्या शरण आला नाही. लाल्याने पोलिसांवरच गोळीबार केला. पोलिसांनी स्वत:चा जीव वाचवण्यासाठी

केलेल्या गोळीबारात लाल्या जागीच ठार झाला. खून, खंडणी, बलात्कार, अपहरण अशा अनेक प्रकरणांत तो पोलिसांना हवा होता. काश्मीरमधील दहशतवादी संघटनांशी त्याचे संबंध होते काय, यासंबंधी पोलीस तपास करीत आहेत.

अंक दुसरा

प्रवेश सहावा

[हळूहळू रंगमंचावर प्रकाश. दहा-पंधरा दिवसांचा कालावधी लोटला आहे. घरात लगबग सुरू आहे. श्याम, प्रिया आणि प्रोफेसर आत-बाहेर करतायत. त्यांच्या चेहऱ्यावर नाटकी दु:ख. संध्या सोडून इतर सर्वांच्या अंगावर पांढरे कपडे.]

संध्या : अहो, सगळी तयारी झाली का?

प्रोफेसर : हो... अगं मदतीला सगळे आहेत. सगळं व्यवस्थित चाललंय. तू काळजी करू नकोस. तू जरा स्वस्थ बस बघू...

संध्या : अहो, बसून कसं चालेल?

प्रोफेसर : हे बघ... नाहीतर तू आत जाऊन पड—

संध्या : अहो, मला काय झालंय? आजारी आहे का मी? खरं म्हणाल तर, माझ्यापेक्षा तुम्हाला विश्रांतीची गरज आहे.

प्रोफेसर : वा! हे मला तुझं फार आवडलं... आम्हाला उगाच भीती वाटत होती.

संध्या : कसली भीती?

प्रोफेसर : हेच! लाल्याच्या बातमीने तू कोसळशील... अंथरूण धरशील...

संध्या : अहो... लाल्याला काय झालंय?

प्रोफेसर : अगं, लाल्या गेला नाही का?

संध्या : अहो, असं नका बोलू. कितीदा सांगितलं... लाल्या कुठेही गेलेला नाही. लाल्या येणार. चेऊलकर तर म्हणतात लाल्या आजच येणार. लाल्या येणार म्हणून चेऊलकरांनी टेरेसवर एवढा मोठा कार्यक्रम ठेवलाय ना?

६१

प्रोफेसर : अगं कार्यक्रम नाही... शोकसभा... शोकसभा...

संध्या : शोकसभा नाही... पार्टी आहे पार्टी! सगळा काश्मिरी मेन्यू ठरवलाय. तुम्ही पार्टीत स्वतःला सांभाळा म्हणजे झालं.

[प्रिया प्रवेश करते. खूपच उत्साहाने कार्यक्रमाची तयारी करते आहे.]

संध्या : प्रिया... लाल्या आला की लगेच हे कर ते कर, म्हणून त्याच्या मागे पडू नका. पार्टीत ह्यांच्यावर लक्ष ठेवायची जबाबदारी तुझी.

प्रिया : (कोरड्या स्वरात) मम्मी... लाल्या एन्काउंटरमध्ये गेला.

संध्या : तर मग लाल्या मला फोन कसा करतो?

प्रोफेसर : संध्या... वर गेलेला माणूस फोन कसा करेल? मेला म्हणजे रेंजच्या बाहेर गेला... संपलं!

संध्या : चेऊलकर म्हणतात... लाल्याच्या दोन दोन आया इथे असताना लाल्या कुठे जाईलच कसा?

प्रोफेसर : हे नाटकात होतं. फक्त चेऊलकरांच्या नाटकात मेलेली माणसं परत येतात.

प्रिया : मम्मी... आपल्याला नको असलेली घटना घडली की मन स्वीकारायला तयार होत नाही. मग भास होत राहतात... मी डॉक्टरांना बोलवू का?

प्रोफेसर : (समजावत) संध्या, अगं लाल्या आपला मुलगा होता! आपण काय कमी केलं? घर दिलं, प्रेम दिलं, प्रतिष्ठा दिली, शिकवलं, संस्कार केले... पण शेवटी तो आपल्या मार्गानेच गेला... हे स्वीकारावं लागेल... संध्या, हे स्वीकारावंच लागेल.

[श्याम प्रवेश करतो.]

प्रिया : श्याम... कुठे होतास तू? लाल्याचा फोटो एनलार्ज करून आणलास का? मोठा हार... फुलं... समई...

श्याम : चेऊलकर म्हणाले काही नको – केकची ऑर्डर दिली आहे.

प्रिया : तू मूर्ख आहेस. काडीची अक्कल नाही. अरे, तुला स्वतःला देवाने काही डोकं दिलंय की नाही? शोकसभेत केक कापतात का? एक काम धड तुला जमत नाही. मग पँट गेली म्हणून रडत बसतोस... आता सगळे चॅनल्सवाले जमतील... फणी कशाला काढतोस?

संध्या : (प्रोफेसरांना) मला काळजी वाटते.

प्रोफेसर : (श्याम-प्रियाकडे बघत) काळजी करू नकोस. अशांचीच लग्नं टिकतात... ही माणसंच सुखी होतात.

संध्या : मला ह्यांची काळजी वाटत नाही. अहो, लाल्या अजून कसा आला नाही?

[बाहेरून लाल्याची 'मम्मीऽऽऽ' अशी हाक. सर्व दचकतात. लाल्या, माया प्रवेश करतात. लाल्या संध्याला बिलगतो.]

लाल्या : मम्मी... अगं, कशी आहेस तू? (संध्याच्या डोळ्यात पाणी) काय झालं? डॅडी, मम्मीला कोण काय बोललं काय? हॅपी बर्थडे मम्मी.

संध्या : (डोळे टिपत) मला वाटलं तू विसरला असशील. हॅपी बर्थडे...

लाल्या : अरे, काय झालं? भूत बघितल्यासारखं बघताय काय? आमच्या दोघांचा बर्थडे आहे... टाळ्या वाजवा, गाणी म्हणा... डान्स करा...

प्रोफेसर : हा काय – तमाशा आहे?

लाल्या : डॅडी, तमाशा नाही... बर्थडे आहे – बर्थडे—

प्रोफेसर : माया, हा कोण आहे?

माया : लाल्या.

लाल्या : (प्रोफेसरांना बिलगत) बस क्या डॅडी? एवढ्या लवकर ओळख विसरलात—

प्रोफेसर : हा लाल्या असेलच कसा... नाटक चाललंय का?

माया : डॅडी, काय झालंय तुम्हाला? अहो थोडा बदललाय पण लाल्याच आहे तो... लाल्या!

संध्या : लाल्या... तू अचानक गायब कुठे झाला होतास?

लाल्या : मी गायब झालो नाही, गायब व्हावं लागलं.

संध्या : का?

लाल्या : अगं पोलीस माझा एन्काउंटर करणार अशी खबर लागली. मी चेऊलकरकाकांकडे गेलो. ते म्हणाले काही दिवसांसाठी गायब हो. मी म्हटलं, हे सगळं सोडून आता जाऊ कुठे? म्हणाले, ''लाल्या, तुझी एक आई तिकडे काश्मीरमध्ये असते ना... जा तिला शोधून काढ!'' मग काय? मायाला फोन केला. तिला सोबत घेतलं आणि गेलो काश्मीरमध्ये.

संध्या : फोन नाही का करता येत?

माया : अगं, पोलीस फोन टॅप करतील म्हणून नाही केला...

लाल्या : आणि मम्मी, तुमची याद आली तेव्हा तुला फोन केला. वरच्या मम्मीला पण फोन केला. केला का नाय?

संध्या : केलास, पण हे विश्वास ठेवायला तयार नाहीत. टीव्हीवाले, पेपरवाले, पोलीस सगळे म्हणताहेत – लाल्या गेला, लाल्या... अरे, मला भीती वाटायची.

प्रोफेसर : ही सर्व बनवाबनवी आहे. माझा विश्वास नाही.

माया : हे खरं आहे डॅडी.

प्रोफेसर : म्हणे काश्मीरला गेलात. आणि काय केलं काश्मीरमध्ये—

माया : आम्ही लाल्याच्या आईला शोधून काढलं. एका गालिच्याच्या फॅक्टरीत सापडली. आणि डॅडी, तिला लाल्याने नाही ओळखलं. मी ओळखलं, मी! मम्मी सारखी तुमच्याबद्दल विचारीत होती. आपल्या मुलाला बदलणाऱ्या आयांना तिला भेटायचं आहे.

संध्या : अरे, मग आईला सोबत घेऊन नाही का यायचं?

लाल्या : मम्मी – ती आली नाही... पण तिने तुम्हाला एक स्पेशल भेट पाठवली आहे.

संध्या : काय?

लाल्या : स्वत:च्या हाताने विणलेला गालिचा—

[गालिचा उलगडून दाखवतो. सर्व थक्क होऊन बघत राहतात. सगळ्यांच्याच चेहऱ्यावरचा अविश्वास उडून जातो. हळूहळू आनंद दिसू लागतो.]

प्रिया : सुंदर आहे.

प्रोफेसर : लाल्या – अरे, हे छान दिसतंय. ग्रेट!

श्याम : लहान मुलांच्या गोष्टीत असतो – तसा हा गालिचा वाटतो.

प्रिया : हा गालीचा उडतो का?

संध्या : (गालिच्यावर उभी राहत) अरे, पुन्हा लहान मुलं होऊन प्रेमाने गालिच्यावर उभे राहाल तर उडेलसुद्धा. या – अरे या! बघा, पायाला कशा गुदगुल्या होतायत.

[एकेक करून सगळे गालिच्यावर उभे राहतात. श्याम मात्र अस्वस्थ, निर्णय होत नाही. फणी काढतो. भांग पाडतो. लाल्या फणी हिसकावून दूर फेकून देतो आणि त्याला गालिच्यावर ओढतो. सर्व हसतात. जणू काही आनंद झाला आहे. टीव्हीवरच्या बातम्या ऐकू येतात.]

प्रयोगासाठी लिहिलेला नवीन शेवट

संध्या : अरे, मग तिला सोबत घेऊन नाही काय यायचं?

[लाल्याचा खिशातला मोबाइल वाजतो.]

लाल्या : (वरची मम्मी – मोबाइलवर) हॅलो – अरे, मम्मी खाली पोहचलो. आताच पोहचलो. डॅडी विश्वासच ठेवायला तयार नाहीत. आलो – सर्वांना घेऊनच वर येतो. आलो – (मोबाइल ठेवतो) चला, चला. वर सगळे आपली वाट बघताहेत. पेपरवाले, टीव्हीवाले. केक कापायला उशीर होतो आहे. चला—

प्रोफेसर : पण—

लाल्या : डॅडी, आता वर जाऊन बोलू. चला—

प्रोफेसर : थांबा—

संध्या : अहो, काय झालं?

प्रोफेसर : कपडे बदलून येतो. हे शोकसभेचे कपडे आहेत. वाढदिवसाचे कपडे घालतो.

लाल्या : डॅडी, आता कपडे नाय बदलायचे, स्वतःला बदलायचं. चला—
[प्रोफेसर, माया, प्रिया कपडे बदलण्यासाठी आत निघून जातात. संध्या लाल्याकडे कौतुकाने बघत आहे.]

लाल्या : एवढं काय बघतेस मम्मी. तुझा पण आपल्यावर विश्वास नाही बसत ना?

संध्या : केवढा मोठा झालास लाल्या—

लाल्या : कुठे मोठा झालो? मम्मी, तुझ्यासाठी खूप छोटा होऊन परत आलो.

संध्या : थांब, तुझी दृष्ट काढते.

लाल्या : मम्मी, घाबरू नकोस. आपला एक एन्काउंटर झाला. त्या गांधीनेच केला. आता आपलं कोण काय नाय करू शकत. चल मम्मी – आज माझा पयला हॅपी बर्थडे आहे. धमाल करू. (आत बघत) चला ऽ ऽ ऽ
[सगळे कपडे बदलून उत्साहाने येतात. बाहेर जाण्यासाठी दरवाजाकडे सरकत असतानाच – टीव्हीवरच्या बातम्या ऐकू येतात.]

वृत्तनिवेदक : ब्रेकिंग न्यूज – मध्यंतरी मुंबईत, सैतान चौकी येथे पोलीस चकमकीत मारला गेलेला कुप्रसिद्ध गुंड लाल्या पुन्हा जिवंत झाला आहे. आज सुप्रसिद्ध नाटककार चेऊलकरांनी आपल्या गच्चीवर बोलावलेल्या पत्रकारांसमोर खऱ्या लाल्याला सादर करून एकच खळबळ उडवून दिली.
लाल्या समजून कालू यादव ऊर्फ कालिया नावाच्या बिहारी तरुणाचा एन्काउंटर केल्याप्रकरणी डी.सी.पी. रोकडे दोषी. विधानसभेत गोंधळ. सरकारने चौकशीचे आदेश दिले आहेत.
आणि शेवटी मराठी माणसाचा ऊर अभिमानाने भरून यावा अशी आनंददायी बातमी. सुप्रसिद्ध नाटककार आनंद चेऊलकरांना 'ज्ञानपीठ ॲवॉर्ड' जाहीर. चेऊलकरांनी या प्रसंगी प्रतिक्रिया देताना म्हटलं आहे, हा फक्त मराठी नाटकाचा सन्मान नसून तो अवघ्या मराठी संस्कृतीचा, मराठी भाषेचा आणि मराठी माणसांचा सन्मान आहे.
[बाहेर ढोल, ताशे वाजताहेत – जल्लोष सुरू आहे.]
[बातम्या चालू असतानाच—]

[पडदा]

www.ingramcontent.com/pod-product-compliance
Lightning Source LLC
LaVergne TN
LVHW020136230825
819400LV00034B/1183